जादूचं तळं आणि इतर गोष्टी

निर्मला मोने

हे पुस्तक माझं आहे.

....

....

मेहता पब्लिशिंग हाऊस

JADUCHA TALA ANI ITAR GOSHTI by Nirmala Mone

जादूचं तळ आणि इतर गोष्टी / बालसाहित्य
१०१ ए, अनुषा सोसायटी, जी. ए. कुलकर्णी रोड, कोथरूड, पुणे २९.

प्रकाशक : सुनील अनिल मेहता
मेहता पब्लिशिंग हाऊस, १९४१, सदाशिव पेठ, माडीवाले कॉलनी, पुणे ३०.
✆ ०२०-२४४७६९२४
E-mail : info@mehtapublishinghouse.com
Website : www.mehtapublishinghouse.com

मुद्रक : स्पेक्ट्रम ऑफसेट, एरंडवणा, पुणे ०४.

प्रथमावृत्ती : ऑगस्ट, २००७ । जुलै, २०१३
पुनर्मुद्रण : मे, २०१८

मुखपृष्ठ व आतील चित्रे : देवीदास पेशवे

(३ पुस्तकांचा संच)

अनुक्रम

जादूचं तळं

भिवा सुताराला एकदा एक मोठ्ठा आरसा सखूताईंकडे पोहोचवायचा होता. आरसा खूपच मोठा होता. भिवाच्याच उंचीचा आणि जडही. त्यामुळे उचलून नेताना भिवाची खूपच दमछाक झाली. त्यातून रस्ता रानावनांतला, उंच-सखल. सखूताईंचं घर खूपच लांब. त्यामुळे जंगलाच्या मध्यावर पोहोचेपर्यंतच भिवा खूप दमला. थोडी विश्रांती घ्यावी म्हणून त्यानं आरसा जमिनीवर ठेवला. तिथलं गवत आणि इतर रानटी झाडांच्या मधोमध, आणि स्वत: एका मोठ्या चिंचेच्या झाडाला टेकून बसला. बसला कसला, दमल्यानं त्याला झोपच लागली.

चिंगू आणि मंगू ही दोन माकडं तिथून येत होती. कशातही नाक खुपसणं हेच काम होतं त्यांचं. त्यामुळे कुठल्याही गोष्टीचा त्यांना सर्वांआधी पत्ता लागायचा. साहजिकच जंगलाच्या मधोमध हे काय चकचकीत असं वाटून ती तिकडे धावली.

''हे बघ काय ते! नवं तळं!'' चिंगू म्हणाला.

''छान छान, चमकदार तळं!'' मंगू म्हणाला. खरंच आरसा एखाद्या स्वच्छ

पाण्याच्या तळ्यासारखाच दिसत होता. वरच्या निळ्या आकाशाचं, हिरवट काळ्या झाडांचं, पोपटी गवताचं प्रतिबिंब त्यात पडलं होतं.

"अचानक हे तळं इथं कसं आलं बुवा?" चिंगू म्हणाला. पण वेगळंच आहे हे. छोटंसं पण मस्त."

"खरं तर एवढ्यात पाऊसही पडलेला नाहीय. मला कळत नाही कसं ते! हे एखादं जादूचं तळं असेल का रे?"

"असेलसुद्धा." मंगू.

"मंगू, आपण त्यातलं पाणी पिऊ या थोडं? एखादवेळी आपण मागू ते देईल ते!""पण ते कुणाच्या मालकीचं असलं तर?"

"तरी काय झालं? पाणी प्यायलेलं कुणाला कळणार आहे? चल. ओंजळीत येईल तेवढं पिऊ. त्याचवेळी आपल्याला हवं असेल ते मागायचं."

"चिंगूचा हात आरशापर्यंत गेला. अर्थात पाण्याबदली त्याला तळ्याचा पृष्ठभाग टणक लागला. तो थक्कच झाला. नितळ पाणी तिथं नव्हतंच.

"अरे, तळं थिजून बर्फ झालंय. बघ. पाणी नाहीच राहिलेलं. फक्त बर्फ!" तो म्हणाला.

"म्हणजेच ते जादूचं तळं आहे." इति मंगू. "कळलं? गरम हवेत नाहीतर तळं थिजेल कधी? शक्यच नाही."

"बरोबर आहे तुझं. गरम वातावरणात तळं थिजलं तर ती जादूच असणार. ज्याचं कुणाचं ते असेल त्यानं हे मुद्दामच केलं असणार. कोणी पाणी पिऊ नये म्हणून."

"तरी आपण त्याला बनवू शकतो." मंगू कुजबुजला. आपण बर्फ फोडू आणि पाणी पिऊ. हो की नाही?"

"होय रे होय. चल चल. कोणी इकडे यायच्या आत बर्फ फोडून पाणी पिऊन टाकू पटकन्." चिंगू म्हणाला.

आणि दोघांनी दोन दगड घेऊन आरशावर जोरात मारले. 'खळ्ळ्' आरश्याचे तुकडे तुकडे झाले. पण चिंग मंगूला आश्चर्य वाटलं ते त्याखाली पाणी नव्हतं याचंच.

"कमाल आहे! कुणाला तरी जाऊन हे सांगायलाच हवं," मंगू म्हणाला आणि

त्यांना झोपेतून उठलेला भिवा दिसला. ते त्याच्याकडे धावले.

''अहो, शुक् शुक् इकडे नं जादूचं तळं आहे.''

''आम्हांला कळलं ते जादूचं आहे ते. कारण ते थिजून कडक झालंय.''

''म्हणून आम्ही बर्फ फोडला. खालचं गार पाणी पिता यावं म्हणून. पण खाली पाणीच नव्हतं थेंबभरसुद्धा. तुम्ही पाहिली होती अशी जादू?''

''काय बोलताय तुम्ही मूर्खासारखं?'' भिवा चिडून म्हणाला.

या दोन्ही आगाऊ माकडांना तो चांगलाच ओळखत होता आणि ज्यात त्यात नाक खुपसायची त्यांची सवयही त्याला ठाऊक होती.

''जादूचं तळं म्हणे! आणि तेही थिजलेलं. अगदी बर्फ झालेलं, या अशा गरम हवेत! आचरट नाहीतर!''

चिंगू-मंगू त्याला तळ्यापाशी घेऊन गेले. भिवानं आरसा फुटलेला पाहिला आणि तो अवाक् झाला.

''अरे देवा! माझा आरसा! तो मी सखूताईंना विकत देणार होतो. चांडाळांनो काय केलंत तुम्ही? जिथं-तिथं अडमडायची तुमची सवय कधी जाणार? इतका मोठा-सुंदर आरसा. आता त्याची किंमत भरून द्या. काय वाटेल ते करून. नाहीतर जीव घेईन मी तुमचा,'' भिवा संतापानं किंचाळला.

चिंगू-मंगूनं पळण्याचा प्रयत्न केला पण भिवानं दोघांची मानगूट गच्च पकडली होती. ते चांगलेच घाबरले होते. भिवाकडे पाहून रडत चिंगू म्हणाला, ''पैसे नाहीत आमच्याकडे, पण हे एक कडं आहे. ते घेऊन आम्हाला सोडा. पुन्हा नाही असं करणार?''

भिवानं कडं पाहिलं. ते होतं सोन्याचं. सूरजमल व्यापाऱ्याकडे वितळवायला दिलं तर तो याचे सहज हजार रुपये देईल. तो एकदम हसला आणि चिंगूमंगूला म्हणाला, ''ठीक आहे. आत्ता मी तुम्हाला सोडतो. पण पुन्हा असं कराल तर माझ्याशी गाठ आहे. लक्षात ठेवा.'' आणि त्याने चिंगूमंगूच्या माना सोडल्या. त्यासरशी दोघांनी धूम ठोकली.

''कुठलं रे ते कडं?'' मंगूनं विचारलं. ''त्यादिवशी नाही का यमूताईच्या खिडकीत हात घालून घेतलं होतं? तेच ते!''

खीरपूर

सोनू अगदी धडपड्या. गोंधळ घालणारा मुलगा होता. रोज सकाळी दूध पितांना, त्यात बिस्कीटं बुडवून खातांना त्यानं सांडलवंड केली नाही असा एक दिवस जात नसे. तो तासन्तास टेबलाशी बसून खीर, दूध काय असेल ते चमच्यानं ढवळत राही. लक्ष नसलं की मग ते बशीतून, कपांतून खाली, टेबलक्लॉथवर, जमिनीवर सांडायचं. कधी कपच उलटा व्हायचा. ''सोनू, तू आजपण टेबलक्लॉथ खराब केलास,'' असं आई रोजच म्हणायची. ''एवढा मोठा झालास तरी तुला नीट खाता येत नाही अजून? सगळं सांडून आसपासचं घाण करतोस ते?'' आई म्हणे. सोनूचं खाऊन झाल्यावर तिला रोज टेबलक्लॉथ धुवावा लागेच. पण जमीन, गालिचा, आसपासची भांडी, असं काय काय साफ करावं लागे.

त्यादिवशी अशापायीच आई खूप चिडली होती. ''सोनू, आत्ताची वेळ मी हे पुसतेय. पण तोपर्यंत तुझ्या वाडग्यांतील खीर तू संपवली नाहीस तर तुला आज दिवसभर आणखी काही तर मिळणार नाहीच, शिवाय तासभर कोपऱ्यात हात जोडून बसावं लागेल आणि मग सांगेन ती कामं करावी लागतील,'' आईनं दम दिला.

आई फडकं आणायला गेली. आता तरी सोनूनं वाडगा तोंडाला लावून खीर संपवायची की नाही? तो तसाच उघड्या डोळ्यांनी स्वप्नं पाहत, हातातल्या चमच्यानं खीर ढवळत राहिला. सोनूला तसली खीर मुळीच आवडत नसे, पण आता आई दुसरंही काही देणार नव्हती. सोनूनं काय करावं? चटकन् वाडगा हातांत घेतला नि खिडकीबाहेर सरळ बागेत उपडा केला. खालून एक चिडका आवाज त्यानं ऐकला पण त्याला बघायला वेळ नव्हता. आई परत आली. तिनं त्याचा वाडगा पाहून म्हटलं, ''दम दिल्यावर कशी संपली खीर? बरं झालं म्हणा. अशीच संपव रोज.''

सोनू काही बोलला नाही. आई टेबल पुसतांना फक्त बघत राहिला. पण त्याच्या मनात होतं, 'कोण बरं ओरडलं असेल बागेतून?'

तो बागेत खेळायला गेला तेव्हा त्याला ते कळलंच. एक छोटासा पण विलक्षण चिडलेला बुटका माणूस झाडाखालून पुढे आला आणि सोनूचा दंड धरून म्हणाला, ''तूच खीर ओतलीस ना खिडकीतून? बघ, ती सगळी माझ्या केसात, मानेवर सांडली आहे. गाढव कुठला?''

सोनूनं त्याच्याकडं पाहिलं आणि तो हसायलाच लागला.

''वा, म्हणजे माफी मागण्याऐवजी हसतोयस तू?'' तो ठेंगू आणखी संतापून म्हणाला. ''बरं तर, माझ्याबरोबर खीरपूरला चल. मग कळेल तुला. नको असताना खीर मिळाल्यावर काय होतं ते.''

सोनूला वाटलं, त्यात काय रोज आपल्या घरी होतं तेच!

पण अचानक त्या बुटक्यानं सोनूला खेचत बागेच्या फाटकाकडे नेलं. तिथून एका वेगळ्याच वाटेनं, वेगळ्याच दारातून तो सोनूसकट बाहेर पडला. स्वत:ची रोजची बाग असून हे दार, ही वाट सोनू आज प्रथमच पाहात होता. त्या दाराबाहेर पाऊल ठेवलं मात्र, तिथं एक वेगळंच गाव त्याला दिसलं. घरं तिरपी, जिने गुंडाळलेले,

कौलारावर घसरगुंड्या, झोपाळेदेखील. तिथे खूपशी ठेंगू माणसं खरेदीला, हिंडायला निघाली होती.

''हे खीरपूर,'' तो ठेंगू दुष्टपणे हसून म्हणाला. ''बराय मजा करा. येतो मी.'' सोनूला ते खीरपूर मुळीच आवडलं नाही. तो इथेतिथे हिंडला आणि मग रस्त्यावरच्या एका बाकावर बसला. रस्त्यात तळी साचली होती. तेवढ्यात एक बस आली आणि तळ्यातला चिखल त्याच्या अंगावर उडवून गेली. ते पाणी झटकायला सोनू उठला. बघतो तर काय? ती सगळी खीर होती चक्क. रस्त्यावरच्या खड्ड्यांत पाण्याऐवजी

खीर भरली होती. छी: काय हे? सोनूनं ती रुमालानं पुसायचा प्रयत्न केला. पण लगेच त्याचा रूमाल ओला आणि चिकट झाला.

सोनू विटून पुढे चालत राहिला. तिथं एक दुकान होतं. ताजे छोटे वेगवेगळ्या आकाराचे पाव तिथं ठेवले होते. सोनूला पाव खावासा वाटला. त्यानं खिशात हात घातला. एक रुपया सापडला त्याला. त्यानं एक पाव विकत घेतला. तिथंच त्यानं त्याचा एक तुकडा तोडला आणि आई गं, आश्चर्य म्हणजे पावात खीर भरली होती.

ती सगळी पुन्हा त्याच्या अंगावर सांडली. छातीवर, गळ्यावर सगळं चिकट. शी:!

रस्त्यातले लोक त्याच्याकडे पाहत होते. मोठ्ठा विनोद झाल्यासारखे ते हसले. जो बघेल तो हसायचा. एवढा काय विनोद वाटला त्यांना कोण जाणे! सोनूला त्यांचा फार संताप आला. तिथून तरातरा निघून जावं म्हणून तो निघाला — नि पाय घसरून पडला. तश्शाच त्या खिरीच्या तळ्यात.

तिथून एक म्हातारी चालली होती. ती तेवढी थांबून म्हणाली, ''लागलं का बाळा? चल माझ्या घरी. इथं हेच समोर. मी औषध लावते,'' आणि त्याला घरी घेऊन गेली. त्याला खुर्चीवर बसायला सांगितलं. खुर्चीवर होती एक उशी. सोनू न बघता उशीवरच बसला. त्याच्या वजनानं टम्म फुगलेली ती उशी फुटली. तिच्यात

काय भरलं असेल? खीर! ती सगळीकडे सांडली. सोनू खिरीत लडबडला. आता खिरीत पडणं आधी वाईटच. पण खिरीवर बसणं किती किती वाईट ते तुम्हीच सांगा. सोनू तिथून बाहेर पडून पळत सुटला. त्याला आता उमासे येत होते. तो रस्त्यावर आला नि कडेच्या एका झाडाखाली बसला. आता हंगाम नसताना झाडावर खूप आंबे लागले होते. त्याला वाटलं, आंबाच खावा आपण.

आंबे पिकले होते. पडतही होते मधून मधून. एक आंबा तर नेमका सोनूच्या डोक्यावर पडला आणि फुटला. काय झालं असेल मग? आंब्यातून सोनूच्या डोक्यावर खीर सांडली कितीतरी. दुसरा आंबा त्याच्या मानेवर पडला. मान पाठ सगळी चिकट झाली.

सोनू मग तिथूनही पळत सुटला. पळतच राहिला. पाय कुठे नेताहेत याचीही त्याला शुद्ध नव्हती पण खीरपूरपासून दूर जायचं होतं त्याला. खूप पळल्यावर एका पायवाटेनं तो एका बागेत शिरला. त्याला रडू आवरत नव्हतं. त्यामुळे समोरचं धड दिसतही नव्हतं. धावताना तो कुणावर तरी आदळला.

''कसली घाई आहे इतकी?'' कुणीतरी रागानं ओरडलं.

''मला घरी जायचंय. पण रस्ता नाही माहीत मला घराचा,'' तो रडत म्हणाला.

आणि त्यानं वर पाहिलं तर तो थक्कच झाला. त्याची आईच होती ती!

''घरीच आहेस की! वाघ मागे लागल्यासारखा धावतोयस आपल्याच बागेत नि पुन्हा आणखी घरी कुठे जायचंय? तू तरी असला आहेस नं!'' ती म्हणाली.

''आपल्या बागेत? खरंच की! पण आत्ता मी खीरपूरहून येतोय आई,'' सोनू म्हणाला.

''बरं बरं, तिथं काही गोंधळ घातला नाहीस ना रोजच्यासारखा?'' आईनं विचारलं. सोनूनं ओशाळून खाली मान घातली आणि नवल म्हणजे त्याचे कपडे स्वच्छ होते. खिरीचा एकही कण नव्हता तिथं. मग ती काय त्याची नुसती कल्पनाच होती?

पण त्यानं खिशात हात घातला तर ते दोन्ही खिसे गरम खिरींत भरले होते. पण त्यानं आईला सांगितलं नाही. गुपचुप बाथरूममध्ये जाऊन पँट धुतली, नि एक निश्चय केला. पुन्हा कधी काही सांडायचं नाही. तुम्ही सांडता? मग चला खीरपूरला!

पतंग

''बरा सापडलास,'' पप्पूची मानगूट पकडून कुणीतरी ओरडलं.

''सोडा मला, सोडा ना, मनू, कुठे आहेस तू? धाव.'' पप्पू रडत म्हणाला.

''मनू मला येताना पाहूनच पळालाय,'' भैरू पैलवानानं पप्पूची मानगूट आणखी आवळून दातओठ खात म्हटलं. ''डँबीस पोरं! मला चिडवता नाही का? थांबा आता तुला घरी नेऊन डांबून ठेवतो माझ्या आणि घरची सगळी कामं करायला लावतो. तुला पळताच येणार नाही.''

पप्पूला खेचत भैरू घेऊन गेला. भैरू पप्पूच्या दुप्पट-दुप्पट का चौपट होता. लाल डोळे, लांबलचक मिशा, बघून भीती वाटायची. पण पप्पू आणि मनू त्याचीही टिंगल करायचे, खोड्या काढायचे. आताही मनू हे सारं झाडामागे लपून पहात होता. पण तोही खूप घाबरला होता. भैरू ताकदवान तर होताच, पण दुष्ट, संतापी देखील होता. तो बोलल्याप्रमाणे केल्याशिवाय राहणार नाही. खरंच, आपण त्याला चिडवायला नको होतं. त्याला जादूही करता येते म्हणे. त्यानं पप्पूला उंदीर, मांजर किंवा भांडं, काठी असं काही केलं तर? पण आता वाटून काय उपयोग? काहीतरी करून पप्पूला सोडवलं पाहिजेच.

पण ते सोपं नव्हतं. भैरूच्या घराभोवती उंच भिंत होती. ती चढणंच कठीण. त्यावर शेवाळं धरलं होतं आणि वर खूप काचा लावल्या होत्या. गुळगुळीत भिंतीवरून कुणीही घसरायचा. नि वर काचांवर उभं कसं राहणार? लोक तर म्हणत, भिंतीतही जादू आहे म्हणून चढायचा प्रयत्न करणारा पडतोच खाली. बरं, भिंतीवरून आत काही फेकताही येत नसे. जादूमुळे फेकलेली वस्तू पुन्हा बाहेर येई.

मनूनं पप्पूसाठी मदत मिळवायचे खूप प्रयत्न केले पण व्यर्थ!

मग मनूला एकदा 'काळी' भेटली. 'काळी' होती मांजर. ती आधी एका जादूगाराकडेच होती. आता म्हातारी झाली होती. नुसती बसून रहायची चुलीजवळ. पण ती या मुलांना जन्मापासून चांगली ओळखत होती.

''काय मनू, कसं काय? नि पप्पू कसा आहे?'' तिनं विचारलं.

मग मनूनं पप्पूला भैरूनं कसं पकडून ठेवलंय ते सांगितलं. रडत रडत.

''भैरूनं? हां हां. अरे पण भैरूकडे माझा नातूच राहतोय. शेरू. असं कर. पप्पूला म्हणावं, शेरूकडे जाऊन नुसतं 'खव्याच्या करंज्या' असं म्हण. तो माझा निरोप आहे

हे कळेल त्याला. मग तो हवी ती मदत करील पप्पूला.''

''खव्याच्या करंज्या? हा कसला निरोप?''

''अरे, ते असं झालं. शेरू आधी खादाड. भैरूकडे कुणीतरी खव्याच्या करंज्या पाठवल्या होत्या वाटतं. तर ह्यानंच खाल्ल्या सगळ्या. खाण्यात इतका तल्लीन झाला होता की भैरू आलेलाही कळला नाही त्याला. भैरूला खव्याच्या करंज्या खूप आवडतात. त्यानं मग रागारागानं शेरूचं डोकं करंजीच्या आकाराचं करून टाकलं. मी पाहिलं तर मलाही धक्का बसला. पण मी माझ्या मालकाला सांगून, त्याच्या विनवण्या करून शेरूचं डोकं पहिल्यासारखं करायला लावलं. शेरूला त्याचं फार वाटतं. माझ्यासाठी तो एवढं करील.''

''आभारी आहे हं, काळीताई, तुम्ही हा उपाय सुचवलात म्हणून,'' मनू म्हणाला.

पण पप्पूकडे निरोप पाठवायचा कसा? ओरडून सांगितलं तर भैरू ऐकेल? भिंत तर चढता येत नाही. पत्र पाठवलं तर? पण तेही भैरूच वाचणार आधी. तेवढ्यात शेजारचा बच्चू त्याला त्याचा पतंग दाखवायला आला. ''मनूदादा, हा बघ माझा पतंग. किती छान आहे, पण उडतच नाही. खालीच येतो पुनः पुन्हा!''

''अरे त्याला शेपटी लाव लांब. मग उडेल तो. थांब मी देतो करून!'' मनू म्हणाला. मग मनूनं कागदांच्या पट्ट्यांची लांब शेपटी करून पतंगाला जोडली. ''थांब,'' बच्चू म्हणाला. ''मी माझं नाव आणि पत्ता लिहितो पतंगावर. म्हणजे तुटला, हरवला तर ज्याला मिळेल त्याला कळेल पतंग कुणाचा ते!''

मग बच्चूनं आपलं नाव पत्ता लिहून पुढे 'कुणाला मिळाल्यास परत आणून देणे' असं लिहिलं शेपटीवर आणि डौलानं एकदा पतंगाकडे आणि मग मनूकडे पाहिलं. मनू त्याच्याकडे पाहत होता. त्याला ही कल्पना आवडलीच. ''खरंच हुषार आहेस तू बच्चू,'' तो मनापासून म्हणाला. मग त्यानं स्वतः एक पतंग बनवला. पप्पूला आवडायचा तसला पिवळ्या आणि हिरव्या दोन रंगांचा. त्याला लांब, रंगीत कागदांच्या तुकड्यांची शेपटी जोडली. त्यावर दोनदा लिहिलं, ''शेरूला म्हणावं, खव्याच्या करंज्या हव्यात का?'' पप्पूनं त्याप्रमाणे केलं की शेरू सोडवील त्याला. आणि पतंगावर मोठ्या अक्षरात लिहिलं, 'भैरूला म्हणावं, जा खड्ड्यांत,'

मग वारा पाहून तो भैरूच्या घराशेजारच्या मैदानात गेला. भैरू पतंग बघेल,

त्यावरचा संदेश वाचून चिडेल. तेच तर हवं होतं. मनूनं पतंग उडवला. दोराला ढील दिली. पतंग गोते खात भैरूच्या बागेत पडला.

भैरूनं पतंग येताना पाहिला. "जा, तो घेऊन ये पप्पू. बघू कुणाचा?" पप्पू घाबरला. त्याला आवडायचा तसाच होता तो पतंग. त्याची आवड मनूला माहीत होती. हा त्यानंच पाठवला असणार. पतंग पाहिल्यावर त्यावरचा संदेशही त्यानं वाचला. मग तर त्याला आणखीनच भीती वाटली. मनू वेडा आहे की काय? आता भैरू काय म्हणेल?

भैरू खूप काही म्हणाला पतंग पाहून. त्यानं मनूला शिव्या दिल्या. पतंगावर पाय देऊन तो थयथया नाचला. पतंग मोडून, चुरगळून गेला. "पुन्हा माझ्या वाटेला तो गेला तर मग पाहतोच त्यालाही. पप्पू, हा पतंग तू आधी जाळून टाक. पतंग घेऊन पप्पू चुलीजवळ आला. पण मनू काही मूर्ख नाही हे त्याला माहीत होतं. त्यानं पतंग हातात घेतला तर शेपटीचे तुकडे फाटून त्याच्या हातात आले. त्यावर काहीतरी लिहिलं होतं. पप्पूनं नीट वाचलं. 'शेरूला म्हणावं, खव्याच्या करंज्या हव्यात का?'

दोनदा लिहिलं होतं ते. शेरू तर तिथंच चुलीजवळ बसला होता. पप्पूनं निरोप नीट वाचला आणि पतंग जाळता जाळतां तो मोठ्यानं म्हणाला, ‘‘शेरू, खव्याच्या करंज्या हव्यात?’’

शेरू ताठ होऊन पप्पूकडे पाहू लागला. पप्पू पुन्हा म्हणाला, ‘‘शेरू तुला निरोप आहे. खव्याच्या करंज्या...’’

‘‘हो, हो. माझ्या आजीचा निरोप तो. तिला आवडणाऱ्या माणसांनाच सांगते ती. तुला माहीत आहे म्हणजे तू तिला आवडतोस. सांग तुला काय मदत करू?’’

‘‘तू मला इथून बाहेर काढू शकशील?’’

‘‘हो. त्यात काय? त्या फळीवरच्या पिवळ्या बाटलीतलं औषध एक चमचा पी. म्हणजे तू अंगठ्याएवढा होशील. मग कोपऱ्यातल्या उंदराच्या बिळात जा. त्या बिळाचं दुसरं टोक बाहेर निघतं बागेच्या. पुन्हा मोठा होण्याचा मंत्र तुला येतोच.’’

क्षणाचा वेळ न दवडता पप्पूनं ते औषध घेतलं. घेताघेताच आपण बारीक होतोय हे त्याला कळलं. आता शेरू त्याला वाघच वाटला. त्यानं शेरूला ‘थँक्यू’ म्हटलं.

पण इतका बारीक आवाज शेरूला ऐकूही आला नाही. मग तो धावत बिळात गेला. काळोखातून खूप चालावं लागलं तेव्हा कुठे तो बाहेर आला. किती मोकळं वाटलं आता त्याला!

मग घरी येऊन त्यानं कितीवेळ दार ठोकलं पण कोणी उघडीनाच. अखेर मनूच कशाला तरी दार उघडून बाहेर आला एकदाचा. ''मनू, मी पप्पू.'' पप्पू दहादा ओरडला तेव्हा मनूनं ऐकलं. त्याचा आपल्या डोळ्यांवर विश्वासच बसेना.

''आता रे?'' मनू म्हणाला.

''थांब मी सांगतो ते म्हण. भैरूकडे मंत्र कळलाय मला.''

आणि तसं म्हटल्यावर पप्पू पुन्हा पहिल्यासारखा झाला. दोघांनी मिठीच मारली. पप्पू म्हणाला, ''पण भैरूला धक्काच बसेल. बसू दे. आपण मात्र पुन्हा उगीचच कुणाच्या खोड्या नाही काढायच्या. काय?''

मनू हसला फक्त.

आळश्याला दुप्पट काम

“आई गं, वैताग, वैताग आहे नुसता!” म्हाताऱ्या यमूताई म्हणाल्या.

“काय झालं?” आळसूनं विचारलं. आळसू नावाप्रमाणेच आळशी पोरगा. जन्मापासून यमूताईनीच सांभाळलेला. म्हटलं तर हरकाम्या पण मुलासारखाच.

“मी एक महत्त्वाचा मंत्र म्हणतेय आणि त्यासाठी हवं ते नाहीच हाताशी,” यमूताई.

“काय ते? मला आणण्यासारखं नसलं म्हणजे मिळवलं. मी दमलोय.” आळसू म्हणाला.

“मी शंख आणायला विसरले. या मंत्राला तो लागतो. शंखातून समुद्राचा आवाज येतो. तो हवाय मला. कोपऱ्यावरच्या ‘सर्व भांडारा’तून एक शंख विकत आण बरं. पळ!”

“बापरे! ‘सर्व भांडार’ मैलभर दूर आहे. मी नाही जाणार,” आळसू विव्हळला.

“चूप, निघ ताबडतोब. दम भरल्याशिवाय, ओरडल्याशिवाय जमतच नाही काही तुला.” आळसू कुरकुरत उठला. टोपी घालून टेकडीवरच्या दुकानाकडे निघाला. पण वाटेत त्याला काहीतरी सुचलं.

“आत्ता आठवलं. सखूताईंकडे एक मोठा शंख आहे. मीच पाहिलाय कितींदा. सखूताईंचं घर इथं जवळच आहे. त्यांच्याचकडे शंख मागावा थोडा वेळ. यमूताईंचं काम झालं की नेऊन देऊ,” आळसू हे सुचल्यानं स्वतःवरच खुष झाला. सखूताईंकडे जाऊन त्यानं दार ठोठावलं.

सखूताईंनी दार उघडलं. “अरे, आळसू तू? काय हवंय?” त्या म्हणाल्या.

“सखूताई, तुमचा शंख द्याल का हो आजचा दिवस? मी उद्या परत आणीन.”

“हो देते ना. पण तू माझं एक काम करशील?”

“काय ते? मी दमलोय खूप!” आळसू म्हणाला.

“दमायला काय झालं? आळशी आहेस तू पक्का. हे बघ भीमा धनगरणीकडून मला भांडंभर मध आणून दिलास तर देते मी शंख. तिनं कबूल केलंय मला कधीचं!”

“बाप रे! भीमा किती दूर राहते.” पण तेवढ्यात त्याला टेबलावरचा शंख दिसला.

“बरं बरं, आणतो मी मध!”

आळसू भीमाकडे निघाला. त्याला डोंगर उतरून खालच्या जांभळांच्या राईला

वळसा घालून जावं लागणार होतं. जांभळाच्या फुलांतून मधमाशा मध गोळा करायच्या. मग भीमाचा नवरा पोळीं काढून मध बाटल्यांत भरायचा. तो मध गोडगोड, सोनेरी, स्वच्छ आणि औषधी असायचा.

आळसूनं भीमाचं दार ठोठावलं.

"कोण आहे? मागल्या बाजूला या. मी कपडे वाळत घालतेय."

आळसू घरामागे गेला. त्याला बघून भीमा चक्रावलीच.

"भीमामावशी, सखूताई म्हणत होत्या की तुम्ही त्यांना मध द्यायचं कबूल केलंय कधीचं."

"अरे देवा! मी विसरलेच होते. पण आता छोटी बाटली नाही मधाची माझ्याकडे." भीमामावशी म्हणाली.

"थोडासा द्या हो. तिला अगदी गरजच आहे," आळसू म्हणाला. मध नेला नाही तर शंख नाही मिळायचा ही भीती होती त्याला.

"असं कर, तू माझ्या भावाकडे जा. शिवाकडे. त्याच्याकडे मधाची बाटली असेल कदाचित. त्याला म्हणावं, मी मागितलीय. माझ्याकडे मध आणला की देईन त्याला."

शिवाकडे जाताना आळसू खरंच कंटाळला. त्याला आधी शिवा आवडतच नव्हता. एरवी पण तो त्याला आवडेल तेच काम करायचा. पण आतां शिवाकडे जायलाच हवं होतं. यमूताईला तरी तो मूर्ख शंख कशाला हवाय कुणास ठाऊक.

शिवाकडे येऊन आळसूने दार मोठमोठ्यानं बडवलं. शिवा बहिरा होता ना?

शिवानं रागारागानं दार उघडलं. "काय हवंय? कोण तू? आणि असं दार बडवतात? मोडलं असतं म्हणजे? एखाद्याला वाटेल, मी बहिराच आहे!"

"म्हणजे?" आळसू आश्चर्यानं म्हणाला, "मला वाटलं तुम्ही आहातच." शिवानं ऐकलं नाही.

"बोल-बोल. असं पुटपुटतोस काय?" शिवा म्हणाला.

"मी म्हणालो की तुम्ही बहिरे आहांत असंच मी समजत होतो," आळसू ओरडून म्हणाला. शिवानं कपाळाला इतक्या आठ्या घातल्या की त्याच्या भुवया नाकाला चिकटल्या.

“मी बहिरा? मी? कोण म्हणतं असं सांग मला! आणि ओरडू नकोस. मला ऐकू येतंय.”

“ओः !” आळसू म्हणाला. आता ओरडावं की हळू बोलावं हेच त्याला कळेना.

“आता मी काय दिवसभर असाच उभा राहू दारांत तुला काय हवंय ते कळण्यासाठी? लवकर सांग ना!”

“भीमामावशी म्हणाल्या, त्यांना एक मधाची बाटली हवीय?”

“पैसे ठेवायला बाटली? भीमीला काय वेड लागलंय?” शिवा आश्चर्यानं म्हणाला.

“पैसे नव्हेत. मध ठेवायला.” आळसू म्हणाला.

शिवानं कानावर हात ठेवले. तो चिडून म्हणाला, “ओरडू नकोस म्हटलं ना! ऐकलं मी. पण भीमी ससे कधीपासून पाळायला लागली? आणि ससे ठेवायला पिंजरे मी कुठून देऊ? काहीतरीच!”

आळसूच्या मनात आलं, म्हातारा मुद्दाम मूर्खासारखं बोलतोय. त्यानं पुन्हा ओरडून सांगितलं. यावेळी शिवानं नीट ऐकलं.

“ओह ! मधाची बाटली होय? मग असं सांग ना नीट. बाकीचं कशाला बोलत बसलास उगीच? तुम्हा पोरांना वायफळ बोलायची भारी हौस.”

“मी कुठे बोललो? मी नीटच सांगितलं होतं,” आळसू कुरकुरला.

“हे बघ. माझ्याशी उद्धटपणे बोललास तर उलटा करून झटकीन. पोतं झटकतात तसं,” शिवा मिशा फिस्कारून म्हणाला. एकदा एका उनाड मुलाला त्यानं केलंही होतं तसं. पुन्हा तसं व्हायला नको म्हणून आळसू एकदम नम्र झाला.

“पण मधाची बाटली आधी शोधायला हवी. थोडा वेळ लागेल. तोवर तू मोहन दुकानदाराकडून माझ्यासाठी आजचं वर्तमानपत्र घेऊन ये बघू,” शिवानं फर्मावलं.

“मी नाही आणणार. किती दमलोय मी,” आळसू म्हणाला.

“दमायला काय झालं? तू पक्का आळशी दिसतोस. मध हवाय ना? मग पेपर आणच.”

मोठ्यानं चरफडत आळसू दुकानदाराकडे निघाला. त्याला थोडी भीतीही वाटली कारण मोहनला आळशी लोकांचा फार राग यायचा. तो स्वतः खूप काम करायचा

आणि प्रत्येकानं तसंच करावं असं त्याला वाटायचं.

आळसू मोहनकडे आला पण तिथं कोणीच नव्हतं. "वैताग, वैताग आहे नुसता," तो म्हणाला. तेवढ्यात त्याला खुर्चीवर पडलेला पेपर दिसला.

'घ्यावा का असाच?' आळसूनं विचार केला आणि पेपर उचलला. पण एक दमदार आवाज आला, "कोण तो माझा पेपर घेतोय?"

आळसूनं हात भाजल्यासारखा पेपर टाकला.

"शिवानं तुमच्याकडून पेपर आणायला सांगितलं होतं," आळसू चाचरत म्हणाला. पण त्याला मोहन दिसत नव्हता.

"मी जादूनं स्वतःला उड्या मारायची दोरी केलंय. जादू जमते का बघतोय मी." आवाज आला आणि एक उड्या मारायची दोरी खुर्चीवर पडलेली त्याला दिसली. शीः ! स्वतःलाच दोरी काय करून घ्यायचं? वेडगळ नाही तर. त्याला वाटलं पण तो बोलला नाही, पण दोरीकडे पहात म्हणाला, "मग मी पेपर घेऊ?"

''आधी मला घेऊन उड्या मारून बघ बरं!'' आणि दोरी खुर्चीवरून आळसूच्या हाती आली. ''चल, दोरीच्या विट्या हातात घे. शंभर उड्या मार. जागच्या जागी आणि पुढे पाय टाकत शंभर आणि मागे पाय टाकत शंभर. उलट-सुलट. चल.''

''मला नाही जमणार,'' आळसू घाबरून म्हणाला. ''आधीच खूप दमलोय मी. उड्या मारल्या तर घरापर्यंतही चालवणार नाही मला.''

''दमायला काय झालं? पक्का आळशी आहेस तू,'' आणि हातातल्या दोरीच्या विट्या त्याच्या मनगटावर जोरात आपटल्या. उड्या मारण्याखेरीज इलाजच नव्हता. मोहनसुद्धा चिडकाच होता. चिडला तर आपल्यालाच दोरी करायचा किंवा चेंडू, बॅट, काहीही. आळसू उड्या मारू लागला निमूटपणे.

आळसूने खूप वेळ उड्या मारल्या. माराव्याच लागल्या त्याला. त्यानं जरा अळंटळं केलं तर दोरीच त्याच्या पायावर फटके लगावायची. शंभर शंभर उड्या झाल्यावर आळसू जमिनीवर पसरला. मोहन हा हा करून हसला. ''थोडंसं शरीर हललं तर एवढा दमलास? आता ने तो पेपर. उद्या मी चेंडू बनणार आहे. ये खेळायला हवं तर!''

पुन्हा या दिशेला फिरकायचं नाही असं ठरवून आळसू निघाला. तो आधी शिवाकडे गेला. त्याला पेपर दिल्यावर त्यानं मधाची बाटली दिली. पण तो म्हणाला, ''अरे, पाय का थरथरताहेत तुझे? एवढा कशानं दमलास?''

आळसूनं उत्तर दिलं नाही. पण भीमामावशीकडे तो मधाची बाटली घेऊन गेला. ''पायाला काय झालं तुझ्या?'' तिनंही विचारलं. ''नाही, थोड्या उड्या मारल्या दोरीच्या. म्हणून.'' तो म्हणाला.

''बरं. हा मध सखूताईला नेऊन दे. नीट जा. पाडू नकोस बाटली. बरं का!''

आळसूचे पाय इतके दुखत होते की त्याला सावकाश, नीटच जावं लागलं. भरभर चालणं शक्यच नव्हतं. सखूताईकडे येईपर्यंत तो स्वत:लाच शिव्या देत होता. अखेर सखूताईचं घर आलं. घडवंचीवर मधाची बाटली ठेवून त्यानं आधी प्यायला पाणी मागितलं.

''देते, पण पायांना काय झालं तुझ्या?'' सखूताई म्हणाली.

''उड्या मारल्या मी,'' आळसूला आता कोणी प्रश्न विचारायला नको होते.

''तू आहेसच खट्याळ,'' सखूताई म्हणाली.

''आणि बिचारी यमूताई त्या शंखाची वाट पाहतेय. कधीची.''

''नेऊ का आता शंख?'' आळसूनं विचारलं. आणि एकदम त्याच्या लक्षात आलं. आपण खूपच वेळ बाहेर आहोत. यमूताई वाट पहात असेल. तिला मुळीच आवडत नाही असं वाट पहाणं. त्यानं सखूताईच्या घरांतल्या फळीवर पाहिलं. तिथं शंख नव्हता. नेहमी तिथंच तर असायचा.

''बघतोस काय? यमूताईच आली होती शंख न्यायला. तिनं तुला दुकानांतून शंख आणायला पाठवलं होतं ना? पण तू राहिलास उनाडत. इतका वेळ थांबणं तिला शक्यच नव्हतं. मग तिला आठवलं माझ्याकडे शंख आहे ते आणि तो मागायला ती आली. आता तू घरी गेल्यावर तुझी कंबक्तीच भरणार आहे.''

आळसू घाबरला. ''मी घरी जातच नाही आता. सखूताई, तुम्हाला कामाला हवंय का कुणी – म्हणजे मीच राहिलो तर...''

''तुझ्यासारखा आळशी नोकर कुणाला परवडेल? आळशी, उनाड, कामचुकार. जा तू.''

आळसू रडत रडत घरी पोहोचला.

"होतास कुठे तू इतका वेळ?" यमूताई कडाडली.

"मी पण आधी सखूताईंकडेच शंख मागायला गेलो, कारण दुकान इतकं लांब होतं," आळसू रडत सांगू लागला. "तर तिनं मला भीमा धनगरणीकडे मध आणायला पाठवलं. तिनं शिवाकडे आणि शिवानं मोहन जादूगाराकडे. तोच तो दुकानदार. तर त्याने मला शंभर शंभर उड्या मारायला लावल्या दोरीच्या. कारण तोच जादूनं उड्या मारायची दोरी बनला होता. आता मी थकून चूर झालोय."

"बरं झालं," यमूताई म्हणाली आणि हसू लागली. "सरळ दुकानांत गेला असतास तर तू केलीस याहून किती तरी कमी मेहनतीत आणि वेळात काम झालं असतं. उड्या माराव्या लागल्या नसत्या. 'आळशाला दुप्पट काम' असं म्हणतातच मुळी. झालं ते छानच झालं. आता हे नेहमीच लक्षात ठेव म्हणजे झालं."

पण लक्षात ठेवील तर तो आळसू कसला? पुढच्या वेळी तो काहीतरी दुसरा वेडेपणा करील. हो ना? तुम्हांला काय वाटतं?

चूक भोवली

"कमाल आहे," डब्यात पाहून आई म्हणाली, "ह्या डब्यातल्या वड्या अदृश्य होतात तरी कुठे? मीनू, मकू, तुम्ही घेतल्यात वड्या विचारल्याशिवाय?"

"छट्, आम्ही कशा घेऊ?" दोघांनी एका सुरात उत्तर दिलं.

यावेळी तरी ते नक्कीच खोटं बोलत नसावेत. आईची खात्री पटली. आपली नसलेली कोणतीही वस्तू विचारल्याखेरीज घ्यायची नाही अशी त्यांना शिकवणंच होती तिची. आणि तिची मुलंही शहाणी होती.

"कोडंच आहे हे!" ती म्हणाली, "काल मी साखरपाऱ्याच्या वड्यांनी डबा भरला होता अगदी वरच त्या चार केशरी वड्या ठेवल्या होत्या आणि आता बघतेय, तर एकही नाहीये. तुमच्यापैकी कुणी घेईल असं वाटलं नव्हतं. तसं असलं तर मला फार वाईट वाटेल."

सारी खेळणी ओळीत बसून हे ऐकत होती. त्यांनी एकमेकांकडे पाहिलं. मुलांनी वड्या नक्कीच घेतल्या नव्हत्या हे खेळण्यांना माहीत होतं. म्हणजे त्यांच्यापैकीच कुणी तरी असणार!

आदल्या रात्री डब्याशी कुणीतरी धडपडत असल्याचा आवाज विदूषकानं नक्की ऐकला होता. पण एवढ्या गडद काळोखात कोण ते त्याला दिसलं नव्हतं. तरी ते खेळण्यांपैकीच कुणीतरी असावं एवढं नक्की.

'मीनू, मकूवर आईनं उगाच संशय घेतला. आमच्यापैकीच एकानं वड्या घेतल्यायत.' विदूषकाच्या मनात आलं, आपण रात्री पाळत ठेवली पाहिजे.

आता खरं म्हणजे खाबूजी- अस्वल संधी सापडेल तेव्हा वड्या फस्त करीत असे. त्यांचा डबा कुठं ठेवलाय ते आधी त्याला कळलं होतं. तो होता खिडकीजवळच्या जाड फरशीवर. थोडासा पडद्यामागेच. रोज रात्री खेळणी खेळून झाल्यावर दमून कपाटात आपापल्या जागेवर जाऊन झोपली की हावरे खाबूजी त्या फरशीपर्यंत जात, हळूच डब्याचं झाकण आवाज न करता काढीत नि पंजा आत घालून वड्या काढून घेत.

पण त्या रात्री विदूषकानं प्रत्येकाला विचारल्यावर खाबूजीनं खुशाल मान हलवून सांगितलं, ''नाही, वड्या काढून घेण्याचं माझ्या स्वप्नातही आलं नाही.''

''स्वप्नांत आलं की नाही ते नाही विचारलं मी. तू वड्या घेतल्यास की नाहीत ते सांग.'' विदूषक गुरकावून म्हणाला. त्याला खाबूजीचा रागच होता मुळी.

''मी घेतल्या नाहीत.'' खाबूजी म्हणाला. ''मला वाटतं उंदीरमामा असतील नक्कीच.''

उंदीरमामा बिचारे सगळ्यांचे मित्रच होते. साधासुधा, प्रामाणिक प्राणी. तो जमिनीवर पडलेला खाण्याचा लहानसा तुकडाही विदुषकाला विचारल्याखेरीज उचलत नसे. खाबूजीनं उंदीरमामाचं नाव घ्यावं हे कुणालाच आवडलं नाही.

''तुझ्याजवळ खात्रीलायक पुरावा असल्याखेरीज तू दुसऱ्यांना नावं ठेवू नकोस.'' विदूषक चिडून म्हणाला. ''उंदीरमामाला वड्या आवडतात म्हणून तो त्यांची चोरीही करील असं नव्हे.''

त्या रात्री खाबूजींनी वड्या घेतल्या नाहीत. विदूषक आज रात्री जागून पहारा करील आणि डब्यापर्यंत कोणी गेलं तर आयतंच सापडेल ही त्याला कल्पना होतीच. तो रात्रभर आपल्या कोपऱ्यांत गुपचूप बसून राहिला.

पण दुसऱ्या रात्री त्याला डब्यातल्या वड्यांशिवाय काहीच सुचेना. सकाळी आईनं

रव्याच्या वड्या करून डब्यात भरताना त्यानं पाहिलं होतं. डब्यांत खंडीभर वड्या होत्या. चविष्ट, गोड गोड. त्याला त्यातली एखादी तरी मिळायला पाहिजे.

त्यानं नीट कानोसा घेतला. खोलीत कुठलाच आवाज नव्हता. त्या रात्री खूप धिंगाणा घालून दमून खेळणी गाढ झोपी गेली होती.

खाबूजीला हवं असेल तर अगदी चिडीचूप राहाता यायचं. तो उठला. पडद्याला धरून धरून तो फरशीपर्यंत पोहोचला. तिथं नेहमीच्या जागी वड्यांचा डबा होताच. आहा!

हळूच त्यानं डब्याचं झाकण उघडलं. पंजा आत घातला. डबा वरपर्यंत भरलेला असल्यानं एक वरचीच मोठी वडी त्यानं घेतली आणि झाकण पुन्हा लावलं. जराही आवाज न करता मग तो पुन्हा जमिनीवर बसला. मजेत वडी चघळीत. पुष्कळ वेळ. मग त्याच्या मनांत एक खोडकर विचार आला. उंदीरमामा ज्या बिळातून खेळायला यायचे ते खोलीच्या एका कोपऱ्यातच होतं. तिथं जाऊन त्यानं वडीचा बारीक चुरा बिळाशी पसरला. आता वाटेलच की नाही सर्वांना की उंदीरच वड्या पळवतो म्हणून!

आई त्या वड्या छबूताईच्या रुखवतासाठी करीत होती. मोठाल्या, वेगवेगळ्या

आकाराच्या रंगीत वड्या. तिला सकाळी मुद्दाम चांदणीचा आकार दिलेली मोठी वडी नाहीशी झालेली आढळली. ती संतापानं लाल झाली. ‘‘ती वडी. गुलाबी रंगाची. मुद्दाम मी वरच ठेवली होती. ही काय जादू आहे? कुठं गेली ती वडी?’’

खोलीतून मुलं बाहेर गेल्यावर दुपारी खेळण्यातली मनीमावशी एकदम उठून म्हणाली, ‘‘अरेच्चा, हे बघा वड्यांचे तुकडे!’’

‘‘कुठेयत?’’ सगळी खेळणी एकदमच म्हणाली.

‘‘उंदीरमामाच्या बिळाशी.’’ मनीमावशीनं उत्तर दिलं. सर्वजण त्या तुकड्यांकडे पाहात राहिले. बापरे! खरंच तो गरीब बिचारा शहाणा छोटा उंदीर चोर होता की काय?

‘‘मला खरं काय ते शोधलंच पाहिजे!’’ विदूषक एक सुस्कारा सोडून म्हणाला, ‘‘सापळा लावायला हवा. तसं करावं लागणं हेच वाईट आहे, पण आपल्यातच एक चोर राजरोस राहात असणं आणि आपल्याला ते माहीत नसणं हे त्याहून वाईट.’’

पण काय करावं ते त्याला समजेना. अचानक त्याला एक युक्ती सुचली. शाळेच्या गॅदरिंगच्या वेळी आसपासची चिकट रंगीत करवंदं काढून त्यांच्या माळा मुलांनी स्टेजवर लावल्या होत्या. त्यानंतर घरी आणून खोलीतही टांगल्या होत्या. त्यांतलं एक करवंद पिकून खाली पडलं आणि विदूषकानं त्यावर पाय दिला तर ते त्याच्या पायाला चिकटूनच बसलं. गोंदासारखा घट्ट चीक होता त्याचा. ते बघून त्याला कल्पना सुचली. ‘‘आता सुचलं मला. ही चिकट करवंदं मी फरशीवर ठेवतो, वड्यांच्या डब्याशेजारी. चोर काळोखात तिथं जाईल त्यांच्यावर पाय देईल. मग सकाळी मी सगळ्यांचे पाय बघेन. ज्याच्या पायाला करवंदाचा चीक सापडेल तो चोर. वा! किती हुशार मी!’’

चिमुकल्या विदूषकाला ती करवंदं तोडून आणणं कठीणच होतं पण त्यानं ती आणली कशीतरी. बाकीच्या खेळण्यांना त्याच्या या कामाचं नवल वाटलंच, पण विदूषकानं कुणाला काही सांगितलं नाही. त्यानं ती गोळा करून एका भांड्यांत ठेवली. बाकीच्या खेळण्यांना तो एक शोभेचाच प्रकार वाटला.

त्या रात्री सगळे पकडापकडी खेळत असताना हळूच विदूषक फरशीवर गेला. तिथं वड्यांचा डबा होताच नेहमीप्रमाणे. तिथं फरशीला विदूषकानं तो चिकट चीक

फासून ठेवला. करवंदंही टाकली तिथंच आणि हळूच तो पुन्हा येऊन खेळात सामील झाला. कुणीही त्याला ते करताना पाहिलं नाही. सारे खेळात गुंग झाले होते. खाबूजीसुद्धा सगळे दमेपर्यंत खेळले आणि झोप आल्यावर आपापल्या जागी जाऊन झोपले. कुणी कपाटात, कुणी टेबलावर, बाहुल्या आपापल्या कॉटवर, बाकीचे खेळ खोक्यात, उरलेले कोपऱ्या-कोपऱ्यात जागा शोधून.

खाबूजीही आपल्या कोपऱ्यात गेला. तोही दमला होता. पण वड्यांची आठवण त्याला झोपू देत नव्हती. एखादी तरी वडी हवीच. ती आणणं हे तर एका मिनिटाचं काम. सगळ्याच्या शेवटी तोंड गोड करावं असं म्हणतातच ना? झोपही छान लागेल.

तो पडद्याला धरून धरून पुढे गेला. काळोख खूपच झाला होता. त्याला डबाही दिसत नव्हता. पण तरी माहीत होताच कुठे आहे तो. हातांनी चाचपडत त्यानं तो शोधला. झाकण हळूच काढलं. पण अरे देवा! बऱ्याचशा वड्या आधीच काढून घेतल्या होत्या त्यातल्या. डब्यात तळाशी हात पोहोचला तेव्हा कुठे एक वडी त्याच्या हाती लागली. तो तिथंच फरशीवर बसून डब्यातल्या वड्या शोधू लागला.

पण त्या भानगडीत आपण चिकट करवंदांवर बसल्याचं त्याला कळलंच नाही. त्या त्याच्या पँटला चिकटल्याचंही त्याला कळलं नाही. विदूषकाची युक्ती त्याला माहीतच नव्हती. वडी घेऊन डबा बंद करून तो फरशीवर बसून खाऊ लागला तेव्हा करवंदं त्याच्या पँटला घट्ट चिकटून एकजीव झाली होती. खाबूजीनं वडी खाल्ली. मग तिथंच तो झोपला. सकाळी डबा मोकळा झाला होता.

"आता मात्र पोलीसच बसवायला हवा मला डब्याच्या रक्षणासाठी. कुणी संपवल्या वड्या?" आई सकाळी म्हणाली.

विदूषकानं सगळ्यांकडे नीट पाहिलं. पायाला करवंदं लागली नव्हती. मग तो खाबूजीकडे आला. खाबूजी भिंतीला टेकून बसला होता पण त्याच्याही पायांना चिकट करवंदं नव्हती. मग कुणाच्या असतील बरं?

मिनू आणि मकू फिरायला गेल्यावर विदूषक रागानं म्हणाला, "मला सगळ्यांचेच पाय तपासयाचे आहेत."

सगळी खेळणी आश्चर्यानं आणि भीतीनंही त्याच्याकडे पाहू लागली. असं का करतोय हा आज? मग सगळ्यांनी त्याला पाय दाखवले. पण कुणालाच चीक लागला नव्हता. कमालच की!

पण तेवढ्यात खाबूजी उठला आणि उलटा फिरून चालायला लागला. विदूषक पाहातच राहिला. खाबूजीचा पँटवर बसायच्या जागी कितीतरी करवंदं चिकटली होती. हाच चोर! शंकाच नको.

"खाबू," विदूषक इतक्या जोरात ओरडला की खाबूजीनं उडीच मारली. "तू वड्या चोरल्यास?"

"छट्. मुळीच नाही," खाबूजी म्हणाला, पण त्याचा चेहरा लाल झाला.

सारी खेळणी त्या दोघांभोवती जमली. विदूषकानं खाबूजीला धरलं आणि उलटं फिरवलं. सगळ्यांनाच त्याच्या ढुंगणाला चिकटलेली करवंदं दिसली.

"बघा दोस्तांनो," विदूषक म्हणाला, "गंमत आहे की नाही? बिचारा खाबूजी या कुठल्यातरी दुष्ट करवंदांवर बसला होता. तुम्हाला माहीत आहे, आधी ही करवंदं वड्यांच्या डब्याशेजारी फरशीवर पडली होती. यावरून तुम्ही काय निष्कर्ष काढाल?"

"अरे वा! हे बघा. मी काही वड्या घेतल्या नाहीयेत," खाबूजी घोगऱ्या आवाजात ओरडून म्हणाला. उंदीरमामानं त्या घेतल्याचं तुम्हाला सगळ्यांना माहीत आहे. बिळाशी वड्यांचे तुकडे पडलेले मनीमाऊनं त्या दिवशी दाखवले होतेच ना?"

"उंदीरमामा आपल्या मावशीला भेटायला शेतावर गेला होता. तो तीन रात्री इथं नव्हताच!" कडक आवाजात विदूषक म्हणाला, "खाबूजी, वड्या चोरणं अधिक

वाईट की उगीच कुणा निष्पाप साथीदारावर त्याचा आळ घेणं अधिक वाईट ते तूच बघ आता!''

''पण मी वड्या घेतल्या नाहीत,'' खाबूजी उसन्या हिमतीनं म्हणाला, ''विदूषका, मला तु त्याबद्दल शिक्षा करशील तर बघ.''

''छे, छे. मी कोण शिक्षा करणार?'' विदूषकही लटक्या विनयानं म्हणाला, ''पण ती चिक्कट करवंद तर तुझ्या पँटवरून काढली पाहिजेत? तू त्यांच्यासकट बसणार कसा नाहीतर? मी असं करतो, तुला धरून ठेवतो, बाकीचे करवंद ओरबाडून काढतील.''

आणि त्यानं खाबूजीला घट्ट धरून ठेवलं. आणि मग....काय विचारता? खाबूजीचा घडा भरला होता हेच खरं. त्याची चोरी साऱ्याच खेळण्यांना कळली होती, शिवाय त्याचं खोटं बोलणं आणि दुसऱ्यावर आळ घेणंही. त्यांचं ते करवंदं ओरबाडणं पाहायला हवं होतं. त्या निमित्तानं त्यांनी खाबूजीला ओरबाडलं, झोडपलं, आपटलं, धोपटलं. चिमटे काढले. पण मेली करवंदं 'निघतच' नव्हती म्हणे! ते तरी काय करणार?

खाबूजी कोकलत, रडत, गयावया करत होता. ''थांब रे, आम्हाला सगळी करवंदं काढायची आहेत अजून. थोडीच राहिली आहेत आता.'' विदूषक म्हणाला.

पुन्हा धोपटणं, थापट्या मारणं, गालगुच्चे घेणं चालूच!

''निघाली बाबा सगळी एकदाची. आता बस निवांत खाली टेकून.'' विदूषक अखेर म्हणाला. पण खाबूजी बसला नाही. तो कोपऱ्यात उभा राहून, दोन्ही हातांत तोंड झाकून खूप वेळ रडत राहिला.

''हो मी घेतल्या वड्या.'' तो हुंदके देत म्हणाला, ''आता आणखी नका शिक्षा करू. चूक झाली माझी.''

''होय. हा मीच सापळा रचला होता. तू उंदीरमामावर आळ घेतला नसतास आणि पुन्हा खोटं बोलला नसतास तर मी सगळ्यांना तुला इतकी शिक्षा करू दिली नसती. पण तुलाही धडा शिकवायलाच हवा होता.''

पुन्हा म्हणून खाबूजीनं कधी वडी किंवा कशालाच हात लावला नाही. पण त्या करवंदांवर मात्र त्याचा फार राग आहे. अजूनसुद्धा!

जादूचं बटण

आणि इतर गोष्टी

निर्मला मोने

हे पुस्तक माझं आहे.

....

....

मेहता पब्लिशिंग हाऊस

JADUCHA BUTTON ANI ITAR GOSHTI by Nirmala Mone

जादूचं बटण आणि इतर गोष्टी / बालसाहित्य

१०१ ए, अनुषा सोसायटी, जी. ए. कुलकर्णी रोड, कोथरूड, पुणे २९.

प्रकाशक : सुनील अनिल मेहता

मेहता पब्लिशिंग हाऊस, १९४१, सदाशिव पेठ, माडीवाले कॉलनी, पुणे ३०.

✆ ०२०-२४४७६९२४

E-mail : info@mehtapublishinghouse.com

Website : www.mehtapublishinghouse.com

मुद्रक : स्पेक्ट्रम ऑफसेट, एरंडवणा, पुणे ०४.

प्रथमावृत्ती : ऑगस्ट, २००७ । जुलै, २०१३

पुनर्मुद्रण : मे, २०१८

मुखपृष्ठ व आतील चित्रे : देवीदास पेशवे

(३ पुस्तकांचा संच)

अनुक्रम

खेळण्यांचं दुकान

"ए, कळलं का, आपल्या बाजारपेठेच्या टोकाला एक नवं दुकान उघडलंय. फक्त खेळण्यांचं." मुलं ओरडून एकमेकांना सांगत होती. "हो? चल, आपण बघू या." आणि सारी रिकामटेकडी पोरं निघाली - पार पोहोचली देखील. तिथे दुकानाच्या काचांना नाक लावून पाहू लागली. "अरे व्वा!" ती खुशीनं किंचाळलीच. "किती छान छान बाहुल्या आहेत आणि ते लाकडी शिपाई कसे ऐटबाज दिसताहेत नाही? आणि ते अस्वल बघा, डोळे कसे चकाकताहेत त्याचे."

"पण तिथं एकही आगगाडी नाही," पप्पू दुःखानं म्हणाला. त्याला आगगाड्या बऱ्याच आवडायच्या.

"आणि रंगीत विटा तरी कुठे आहेत?" जिंकू ऊर्फ अजिंक्य म्हणाला. त्याला आपलं सारखं घर बांधायलाच आवडायचं.

"पण ते खलाशी बघ ना. आणि ती गळ्याला फीत लावलेली आणि अंगात झगे

घातलेली मनीची बाळं आणि हॅट - कोट - टायवाले कुत्रे?'' बनी म्हणाली. ''माझ्याकडे गच्च भरलेलं पैशाचं पाकीट हवं होतं आत्ता.''

जादूगार - आपलं दुकानदार - म्हणजे ज्याचं ते दुकान होतं - तो दारात आला. (का कोण जाणे पण दुकानदारापेक्षा जादूगारच वाटत होता तो.) त्याचे डोळे चमकदार हिरवे होते आणि कान? वरून इतके टोकदार की बाणच आठवावेत. दुकानदार मुलांकडे पाहून ह्या कानापासून त्या कानापर्यंत हसला.

''या मुलांनो, तुमच्या वाढदिवसाला, दिवाळीत, परीक्षेत छान पास झाल्यावर तर तुम्ही यालच इथे. काय? पण दर शनिवारीदेखील यायचं बरं का! माझी खेळणी इतर दुकानांपेक्षा किमतीनं कितीतरी स्वस्त आहेत. पाहालच तुम्ही.''

खरंच होतं ते. पोरांना खेळातला शिपाई एक रुपयाला, कंबरेला पट्टा असलेलं मोठ्ठं अस्वल दोन रुपयांना मिळत होतं. बाहुल्यासुद्धा पाच रुपयांच्या आत. म्हणजे बघा किती स्वस्त!

चरेगावच्या पोरांनी जवळचे सारे पैसे खेळणी घेण्यात खर्च केले यात नवल नव्हतंच. त्यांनी बाहुल्या, शिपाई, कुत्रे, मांजरं, अस्वलं असं सगळं घेतलं. खेळायच्या विटा, आगगाड्या किंवा आगबोटी, भोवरे असलं काही अर्थात घेतलं नाही. कसं घेणार? त्यातलं काही नव्हतंच तर तिथं! दुकानदार मुळी सांगायचाच, ''मला त्या वस्तू नाही आवडत. मला आवडतं तेच ठेवतो मी दुकानात. शेवटी दुकान माझं आहे. काय?''

सुरुवातीला दुकानांतून अशा बऱ्याच बाहुल्या, शिपाई, अस्वलं, मनीमाऊ विकल्या गेल्या. मग मात्र एक थोडी विचित्र गोष्ट घडली. आधी जिंकूचा लाकडी शिपाई अदृश्य झाला. बनीच्या दोन्ही नव्या बाहुल्या. मग पप्पूचं निळं अस्वल दिसेनासं झालं. पिंकीचा कुत्रा खिडकीत ठेवला होता तो एके दिवशी सकाळपासून नाहीसा झाला. रात्री झोपताना तर तो तिथं होता आणि गब्बूचा खलाशी चांगला खेळण्यांच्या कपाटांत उभा करून ठेवला होता तरी बंद कपाट उघडून तो पळून गेलेला आढळला. कमालच झाली!

काय झालं नेमकं ते कुणालाच कळलं नाही. सगळ्यांनी घरभर आणि बाहेरही सगळीकडे शोध शोध शोधलं. पण एकदा गेलेली खेळणी पुन्हा काही सापडली नाहीत. रात्री कुणीतरी चोरानं येऊन सारी खेळणी नेली असं साऱ्या मुलांनी रडकुंडीला येऊन ठरवून टाकलं.

दुसऱ्या रात्री एकाची कापडी बाहुली गेली. मग एक कुत्रा आणि प्लॅस्टिकचं बाळ गेल्याचं कळलं.

मुलं आई-वडिलांना घेऊन दुकानदाराकडे गेली व म्हणाली, ''काका, सांगा ना हो काय झालं असेल? आमची खेळणी एकामागून एक रोज आपली नाहीशी होताहेत.''

''हो ना, कमाल आहे. भलतीच कमाल. मलाही नाही सुचत काय झालं असावं ते. कुणी बरं नेली असतील खेळणी?'' दुकानदार डोकं हलवीत आई-वडिलांना म्हणाला, ''पण मुलं इतकी दु:खी झाली आहेत तर त्यांना माझ्या दुकानात पाठवा. मी पुन्हा त्यांना खेळणी देतो. यावेळी अर्ध्या किंमतीला.''

''किती उदार आहात हो तुम्ही,'' लोक आनंदून म्हणाले आणि हिरव्या डोळ्यांच्या जादुगाराकडून म्हणजे दुकानदाराकडून त्यांनी पुन्हा खूपशी खेळणी घेतली. हीही खेळणी अदृश्य व्हायला काही फार दिवस लागले नाहीत. नक्की काय होतंय याचा कुणाला पत्ता लागला नाही तो नाहीच.

मग एका रात्री बनीला – तिच्या तीन बाहुल्या होत्या – असं वाटलं की आपल्या एका बाहुलीला खूप ताप आला आहे. तेव्हा तिचा नवा फ्रॉक काढून ठेवून, तिला गरम पांघरूणात गुंडाळून तिनं तिला रात्री आपल्याजवळ झोपायला घेतलं. बूटमोजे काढून तिच्या पायाला व्हिक्स लावलं नि त्या दोघी झोपल्या.

त्या रात्री तिच्या धडधाकट असलेल्या दोन्ही बाहुल्या अदृश्य झाल्या. पण ताप आलेली, तिच्याजवळ झोपलेली मात्र राहिली.

बनीच्या भावानं तिला रडताना ऐकलं आणि तो काय झालं ते पाहायला आला. एकच बाहुली तेवढी राहिलेली पाहून त्यालाही नवल वाटलं. चोरानं जर दोन बाहुल्या उचलल्या तर ही कशी ठेवली? तो बनीजवळ येऊन म्हणाला, ''बने, मी रात्री पहारा ठेवणार आहे जागून. मी मोठ्या आंब्याच्या झाडामागे लपून बसतो. तिथून सगळा रस्ता दिसतो. लपतछपत कोणी येताना दिसला की कळेलच. सगळ्यांची खेळणी चोरतोय म्हणजे त्याच्याकडे आधी गोळा केलेली खेळणी असणारच.''

''नको, नको, असं काही करू नकोस हं दादा तू.'' बनी घाबरून म्हणाली. हा कोणीतरी मोठाच जादूटोणा करणारा जादूगार असणार. नाहीतर चेटकीण असेल एखादी. ती अदृश्य होऊनच येत असेल म्हणून दिसत नाही कोणाला. आपला अदृश्य हात

खिडकीतून आत घालून खेळणी घेत असेल.''

''ते काही असो. मी आज रात्री लक्ष ठेवणारच,'' दादा म्हणाला.

मग त्या रात्री दादानं झाडामागे लपून लक्ष ठेवलं. खूप वेळ वाट पाहिल्यावर कंटाळून तो घरात जायला निघणार तेवढ्यात रस्त्यावर त्याला एक छोटीशी आकृती दिसली. टिक्-टॉक्, टिक्-टॉक् करीत ती चालली होती. कोण असेल ते? एखादी अंगठ्या ऐवढी चेटकी? का बोटाएवढा जादूगार? त्यांना काय, कसेही आकार घेता येतात.

पण थोडं निरखून पाहिल्यावर त्याच्या आश्चर्याला पारावारच उरला नाही. तो चक्क छोटा लाकडी शिपाई होता. त्याच्या मागे आणखी दोघेजण. दादाचा आपल्या डोळ्यांवर विश्वासच बसेना. त्यानं हळूच कुजबुजत्या आवाजात हाक मारली, ''शिपाईदादा, शूः, अहो कुठं निघालात तुम्ही? अहो खलाशीबुवा, काय करताय काय?''

पण शिपायानं ऐकलंच नाही. एकानंही नाही. वळूनसुद्धा पाहिलं नाही. सरळ आपले चालत गेले; झोपेत असल्यागत. ते मुळी जागे नव्हतेच. त्यांच्यामागं अस्वलं, घोडे, कुत्रेदेखील.

शेवटचं जाडं अस्वल कोपऱ्यावरून वळल्यावर बनीचा दादा हळूच त्याच्या मागे गेला. अस्वल चालत होतं पुढे पुढे. त्याचे बूट रस्त्यावर घासत होते कारण तो नीट पाय उचलून नव्हता टाकीत. कमाल म्हणजे ते दुकानदाराच्या उघड्या दारातून आत गेले. दार मुद्दाम त्यांच्यासाठीच तर उघडं ठेवलं नव्हतं?

दादा दुकानापर्यंत आला. बाहेरचं फाटक, दुकानाचं दार, सारं सताड उघडं. आत एक छोटा दिवा जळत होता. सारी खेळणी एकामागून एक फळीवर जाऊन बसली. अगदी गप्प आणि नंतर जराही हलली नाहीत.

दादानं सावधपणे सभोवार पाहिलं. शेजारच्या खोलीतून घोरण्याचा आवाज येत होता. तो जादूगार - आपलं दुकानदारच असणार. तेवढ्यात त्याला एक खोका दिसला. त्यावर लिहिलं होतं 'बूट चालवणारे मंतरलेले धागे'. दादा ते वाचून थक्क झाला. खेळणी अदृश्य होण्यामागचं गुपित त्याच्या लक्षात आलं.

किती दुष्ट होता जादूगार! त्यानं बूट घालणारीच खेळणी विकली होती. विटा, आगगाड्या किंवा बोटी तो विकत नव्हता कारण त्या कुठं बूट घालून चालतात? शिपाई, बाहुल्या, कुत्रीमांजरांना बूट घालता येतात.

"अच्छा, म्हणजे हे जादूचे धागे त्यानं त्यांच्या बुटात घातले होते तर. त्याला माहीत होतं की काही दिवसांनी जादूचा प्रभाव पडेल आणि सारी खेळणी चालत परत येतील. मग ती पुन्हा विकता येतील. तेवढ्यात त्याला कोपऱ्यात ठेवलेले दुकानदाराचेच बूट दिसले. त्याला हसूच आलं. त्यानं जादूगाराचीच खोड मोडायचं ठरवलं. तर काय? लबाड, दुष्ट, कपटी, मुलांना फसवणारा, पण हुशार!

दादाने मग त्या मंतरलेल्या खोक्यातून भरपूर धागे घेतले. ते दुकानदाराच्या बुटांत घालून तो बाहेर पडला.

दुसऱ्या दिवशी गावकऱ्यांना दुकानदाराची जादू कळली. ते चिडून त्याच्या दुकानासमोर जमले. दुकानदार तोंडभर हसत त्यांना सामोरा आला. लोकांनी त्यांना कळलेलं सारं ओरडून त्याच्या कानावर घातल्यावर तो म्हणाला, "हँ, काहीतरीच काय? मला नाही कुठली जादू माहीत. मुळीच नाही. मी कधी ऐकलंही नाही त्याविषयी. आधी अशी जादू नसतेच मुळी."

"चालता हो आधी तू इथून. तुझं सगळं चंबूगबाळं घेऊन," मुलं किंचाळली.

''हट्, मी का म्हणून जाईन? मी इथेच राहणार आहे. मला हवे तितके दिवस. कोण मला घालवतंय तेच पाहू दे मला आणि तुम्हालाच मी बजावून ठेवतोय. मला चिडवू नका. मीच तुमच्यावर जादूचा मंत्र घातला तर काय होईल माहीत आहे ना?''

पण हे बोलतानाच त्याचे पाय मागेपुढे हलू लागले, चालू लागले. जादूगारानंही आश्चर्यानं आपल्या पायांकडे पाहिलं. काय होत होतं त्यांना?

पण दादाला माहीत होतं. जादूगाराच्या बुटातले मंतरलेले धागे कामाला लागले होते.

जादूगार चालायला लागला होता. घरातून बाहेर. फाटकाकडे.

''अरे थांबा बाबांनो, माझ्या पायांनो,'' तो कळवळून सांगत होता. ''काय झालंय काय तुम्हांला?''

''सगळ्या खेळण्यांच्या पायांना झालं होतं तेच,'' दादा खिदळत म्हणाला. तेच धागे तुझ्याही बुटांत घातलेत मी. पण अरे हो, असली जादू नसतेच. तू तर ऐकलीही नाहीस नाही का? मी विसरलोच होतो.''

चिडलेला जादूगार फरफटत नाचत गावाबाहेर पोहोचेपर्यंत सारी पोरं त्याच्या मागोमाग गेली. मग कुणीतरी ओरडलं, ''बरंय काका, नमस्कार, राम राम, आता तुमच्या बुटातली जादू तुम्हाला जन्मभर

चालतच ठेवील बहुतेक. पण आम्ही काही भेटणार नाही पुन्हा. तेव्हा अच्छा. बाय, बाय.''

आणि खरंच पुन्हा जादूगार त्यांना भेटलाच नाही. बापडा चालतच असेल कुठेतरी. आता खेळण्यांचं दुकान मुलांचंच झालं होतं.

''आता दुकान खरंच तुमचं,'' पोलिसकाका म्हणाले. ''जादुगारानं तुम्हांला खूप फसवलं. आता तुम्ही हवं ते खेळणं घ्या. तो काही परत येणार नाही.''

मग मुलांनी खेळणी घेतली निवडून, पण ती घेतल्यावर त्यांनी आधी काय केलं माहीत आहे? ओळखा पाहू? बरोब्बर! मुलांनी आधी खेळण्यांच्या पायातले बूट काढून फेकले. हो, पुन्हा त्यांनी चालायला नको. राहू देत त्यांना अनवाणीच. ते चालेल!

बोलणारं यंत्र

एक होती मुलगी. अशी बडबडी अशी बडबडी की तिचं तोंड कधी बंद राहायचंच नाही. थोडं विचित्र वाटतं खरं ऐकायला. पण तुम्हाला सुद्धा अशी माणसं माहीत असतील. मग कोणी म्हणतं, ''बाई ग, (किंवा बाबा रे) जरा थांब की मिनिटभर. तुझं तोंड लाकडाचं असतं तर फुटलंच असतं एव्हाना.''

तर चिमी अशी होती. तिला गप्प करणं कुणालाच शक्य नसायचं. सकाळी झोपेतून जागी झाली की हिचं तोंड सुरू. दिवसभर तेंच आणि रात्री आई दामटून बिछान्यांत झोपवायची तोपर्यंत ते चालूच.

ती बोलायची, न थांबता. ''तुला सांगू, नाही सांगतेच. काल एक कुत्रा पाहिला मी. इतकी लांब त्याची शेपटी की काय सांगू! ती हलायची इतक्या जोरांत की वाऱ्याचा झोतच यायचा. मी त्याला थोपटलं पण तो कुत्रा पळालाच. मग मी शाळेत गेले. जेमतेम घंटेपर्यंत पोहोचले मी. तशी मी कधीच उशिरा जात नाही म्हणा. मग माझी पेन्सिलीची डबी घेऊन

वर्गात शिरले. गणिताच्या तासाला माझी सगळी गणितं बरोबर आली. बाई म्हणाल्या की माझं अक्षर छान आहे. ड्रॉईंगच्या तासालाही मला सगळ्यात जास्त मार्क मिळाले. सर तर सांगत होते की मला पशुपक्षी छान काढता येतात म्हणून. मी मुळी मोठी झाल्यावर चित्रकारच होणार आहे. मग खूप खूप पैसे मिळवीन मी. मग मी आईसाठी आणि बाबांसाठी छानशी मोटार घेणार आहे.

आणि छोट्या बाळाला छानशा नक्षीचा खुळखुळा. जगातला सगळ्यात सुंदर आणि महाग खुळखुळा घेणार आहे मी आणि आतेला छानपैकी साडी, झालंच तर...''

तर असं अखंड चालूच राहायचं. न थांबता. ''अग चिमे, थांब आता...'' लोक म्हणत. गिरणी आपली चालूच...

आता सहजपणे कुणाशीही गप्पा मारता येणं खरं चांगलंच, पण म्हणून नेहमीच दुसऱ्याचंच ऐकत राहणं माणसाला नाही आवडत. चंदू तिला म्हणायचा, ''असं सतत आपणच बोलत राहणाऱ्याला स्वार्थी म्हणतात.'' त्याला बिचाऱ्याला आपल्या नव्या पुस्तकाबद्दल तिला सांगायचं असायचं. ''थोडा वेळ थांब बोलायची. मलाही तुला सांगायचंय.''

''पण आधी माझं सांगून होऊं दे ना.'' चिमी म्हणे आणि तिचं अर्थात कधी सांगून पुरं व्हायचंच नाही. मग कंटाळून चंदूच आपलं पुस्तक घेऊन निघून जाई.

कधी कधी आईचं डोकं दुखायचं. ''चिमे, गप गं. आधीच माझं डोकं दुखतंय तुझ्या बडबडण्यानं ते आणखीनच वाढतं. थोडा वेळ तरी गप्प बसत जा.''

पण ते नाहीच जमायचं चिमीला. तिची जीभ अखंड वळवळत असायची. अखेर तिला बडबडत ठेवून आईच खोलीबाहेर जायची.

पण सततच्या बडबडीनं चिमी बाळाला झोपेतून उठवी. मग बाळ मोठ्यानं रडायचं आणि आई धावत यायची. ''तूच नाहीना उठवलंस कटकट करून बाळाला? तरी बरं, तुझ्याशी बोलायला इथं दुसरं कुणी नाहीच आहे.''

''मी माझ्या बाहुल्यांशी बोलत होते,'' चिमी म्हणाली. कुणी मोठं बोलायला नसलं तर चिमी खेळण्यांशी बोलायची; पण बोलायची थांबेल म्हणतां? नाव नको.

एक दिवस चिमी वेताळ टेकडीवर फिरायला गेली. तिला काही मुलांनी सांगितलं होतं की तिथं पऱ्या आणि अंगठ्याएवढी ठेंगू माणसं असतात, रंगीत कपडे घातलेली. पण

चिमीनं ती कधी पाहिली नव्हती आणि तिचा विश्वासही नव्हता त्यांच्यावर.

पण त्यादिवशी कसे काय ते ठेंगू तिला भेटलेच तिथे! त्यांनी तिला हसून नमस्कार केला आणि मग काय? चिमीनं जी बोलायला सुरुवात केली...

ते ठेंगू मध्ये मध्ये तिला काहीतरी सांगायचा प्रयत्न करीत होते. पण व्यर्थ, चिमीनं ऐकायचा प्रयत्नसुद्धा केला नाही. तिला आपलाच आवाज ऐकण्याचं वेडच होतं म्हणा ना!

''काय मजेदार लोक आहात तुम्ही!'' तिनं सुरुवात केली नि ती हसायला लागली. ''असल्या टोप्या का घालता पण? मी एकदा फॅन्सी ड्रेस पार्टीला असली टोपी घातली होती. नि शिवाय त्यात एक लाल पीस. सगळे म्हणाले, की ती सर्वांत छान टोपी होती म्हणून. मला सगळ्यात उत्तम पोशाखाचं पहिलं बक्षिसदेखील मिळालं. एक छान रंगपेटी. मी त्या रंगांनी रंगवलेली चित्रं तुम्ही पहायला हवीत. इतकी छान आलीयेत ती...''

''एक मिनिट,'' एक ठेंगू घाईघाईनं बोलू लागला. पण चिमी कुठली ऐकायला? ''आणि दुसऱ्या दिवशी मी माझी चित्रं शाळेत नेली ना. तर बाई काय खुश झाल्या ती बघून. ती सगळी चित्रं त्यांनी भिंतीवर लावली आणि...''

“मला थोडं बोलायचंय,” दुसरा ठेंगू म्हणाला, पण चिमीचं आपलं चालूच.

“सगळ्या मुलांनासुद्धा खूप आवडली माझी चित्रं. म्हणून मोठी झाले की मी चित्रकारच होणार आहे. चित्रं काढून खूप खूप पैसे मिळवीन!...”

दोन्ही ठेंगूंनी अचानक चिमीच्या अंगावर उडी घेतली. एकानं त्याचा भलामोठा हातरूमाल चिमीच्या तोंडावर घट्ट बांधला. चिमी थक्क झाली नि संतापलीदेखील. तिचा आवाज रुमालातून घशातल्या घशात यावा तसा आला. “ऑगल, ऑले अं मॉम ऑप..!”

“आता ऐक आधी,” एक ठेंगू तिला म्हणाला. “आम्हाला माहिती हवीय. आमचा छोटा राजपुत्र आजारी आहे. त्याच्यासाठी गाण्याची पेटी आणायला आलो आहोत आम्ही. त्या पेटीत गाणी आणि सगळ्यांचे आवाज ठेवलेले असतात नि ते हवे तेव्हा ऐकता येतात.”

थोडं थांबून तो म्हणाला, “तूच तर नाहीस ती पेटी?”

“ऑगल बॉबल आँग बाँग...” चिमी काय आणि कशी सांगणार? एका ठेंगूनं तिच्याजवळ येऊन पाहिलं नि तो हसला.

“अरे वा! तुम्ही पकडलीत तर ही पेटी. चला. ही दिवसच्या दिवस बोलत राहील तिला तशी संधी मिळाली तर. छानच आहे ही आवाज-पेटी साऱ्या जगात.”

“आवाजपेटी? ही?” एक ठेंगू दुसऱ्याला म्हणाला. “बाकी हरकत नाही म्हणा. गाणी काय नि गप्पागोष्टी काय, राजपुत्राला सतत काहीतरी ऐकायला मिळालं की झालं. पण खरंच का, ही न थांबता सतत बोलत राहू शकेल? न थांबणारं यंत्र हवंय राजपुत्राला.”

“मग हिला नेऊयाच,” दुसरा ठेंगू म्हणाला. “हिला एका पेटीत ठेवून घट्ट झाकण लावू. म्हणजे छान आवाजपेटी तयार होईल. बाकीच्या पेट्यांसारखी हिला चावी पण द्यायला नको आणि हिची बॅटरीही संपणार नाही.”

“शाबास, काय कल्पना सुचलीय पण,” दोघेही एकमेकांना टाळ्या देऊन म्हणाले. त्यांनी चिमीच्या तोंडावरचा रूमाल सोडला. त्याऐवजी तिचे हात मागे बांधले. चिमी एकदम ओरडून बोलू लागली, “मला आधी सोडा दुष्टांनो, कोण तुम्ही असाल ते. मी आईला सांगेन. ती पोलिसांना बोलवील नि ते तुम्हाला तुरुंगात टाकतील. मग तुम्हाला पश्चात्ताप होईल माझ्यासारख्या गुणी मुलीला पकडल्याचा. मी तुम्हाला काहीही त्रास

दिलेला नाहीये आणि मला तुमच्या राजपुत्राला भेटायची मुळीच इच्छा नाहीये. तो कोणी का असेना, शिवाय....''

चिमी बोलतच होती. दोन्ही ठेंगूनी तिला टेकडीखालच्या एका छोट्या निळ्या दरवाज्याशी नेलं. तो एका गुहेत बसवला होता. डोंगरात दिसणार नाही असा. (तिला म्हणूनच तो आजवर दिसला नसणार.) ती तिघंही आत गेली. छतापासून टांगलेल्या प्रचंड मेणबत्त्यांचा उजेड आत होता. तिथं पायऱ्या होत्या. आधी कितीतरी पायऱ्या उतरल्या आणि मग पुन: दुसरीकडच्या चढल्या. शेवटी एका प्रचंड महालात ते पोहोचले. तिथं असेच कितीतरी ठेंगू आणि पंखवाल्या पऱ्या. सगळेच चिमीला पाहून थक्क झाले.

''राजवाड्याचा सुतार कुठाय?'' चिमीबरोबरच्या एका ठेंगूनं विचारलं. ''तो हवाय आम्हाला.''

''तो काम करतोय त्याच्या खोलीत,'' कुणीतरी सांगितलं. चिमीला घाईघाईनं एका सुतारकाम चालू असलेल्या लांबलचक खोलीत नेलं. तिथं सुतार राजपुत्रासाठी लाकडाचा झुलता घोडा करीत होता.

''आम्हाला जिवंत आवाजपेटी मिळालीय,'' ते दोघे ठेंगू मोठ्यानं म्हणाले. ''ही आवाजपेटीचं काम उत्तम करील. सुतारदादा, हिच्यासाठी लाकडाची भक्कम पेटी लवकर बनवा. पेटीला घट्ट झाकणपण करा हं. हिला आत ठेवून पेटी राजपुत्राकडे नेऊ.''

सुतारानं बघता बघता पेटी करून दिली. छान हिरवी पेटी. उंच कपाटच एखादं. वर घट्ट झाकण. त्या ठेंगूंनी चिमीला त्यात बसवून राजपुत्राकडे नेलं. झाकण बंद होतं. त्यामुळे चिमीला काही दिसत नव्हतं की ऐकूं येत नव्हतं. ती विलक्षण संतापली होती आणि ओरडून किंचाळून बोलत होती; पण झाकण लावलेलं असल्यानं कुणाला काही ऐकू येत नव्हतं.

राजपुत्राच्या दालनात राणी होती आणि एक दाई. छोटा राजपुत्र झोपला होता. एका मोठ्या पलंगावर. त्याला बसायचीही परवानगी नव्हती. वाचायचीही नव्हती. म्हणून त्यानं गाण्याची, गोष्टींची पेटी मागवली होती. म्हणजे हवं तेव्हा गाणी गोष्टी ऐकता येतील.

''सरकार,'' एक ठेंगू आपल्या उंच आवाजात म्हणाला. ''आमचं नशीबच असलं. कित्ती कित्ती शोधलं पण गाण्याची पेटी मिळालीच नाही. पण एक जिवंत गोष्टींची पेटी – खरीखुरी – मात्र मिळवलीय आम्ही. ही बघा. यात आवाज आहे तो सतत चालूच राहतो.

थांबतच नाही. तो कितीतरी प्रकारच्या गोष्टी सांगतो. तुम्हाला हवं तेव्हा झाकण उघडा. ऐकायचा कंटाळा आला की झाकण लावा.''

''अरे वा! किती वेगळी आणि छान,'' राणी म्हणाली. तिनं झाकण काढलं. लगेच चिमीचा चिडलेला आवाज आलाच.

''तुम्हाला वाटत असेल की मी दिवसभर या पेटीत बसून राहीन, तर ती चूक आहे तुमची. मी राहणार नाही. पळून घरी जाईन आणि माझ्या आईवडिलांना आणीन. ते इथं येऊन तुमची चांगली खरडपट्टी काढतील आणि मी सांगून ठेवते, माझी आई जेव्हा कुणाला ओरडते ना तेव्हा ते भयंकरच असतं. ते कशाला, मला आठवतंय चांगलं, ती एकदा छोट्या चुलतभावाला खिडक्यांच्या काचा फोडल्याबद्दल खूप बोलली होती. रडून रडून त्याचा शर्ट इतका भिजला, इतका भिजला की तो काढून त्याला वाळत घालावा लागला.

''मी अर्थात् इतकी रडत नाही. तितकी काही मी मूर्ख नाही. शिवाय रडून माझे डोळे सुजतात नि मग मी काहीतरीच दिसते. ते कुणाला आवडेल? विशेषत: माझ्यासारख्या

सुंदर मुलीला तर नाहीच. मला सगळे सांगतात की मी सुंदर दिसते म्हणून. खरं म्हणजे माझ्यासारख्या गुणी मुलीला ह्या पेटीत बसायची का पाळी यावी हेच मला कळत नाही. मला इथं दामटून ठेवणं हे फार दुष्टपणाचंच आहे शिवाय...''

छोटा राजपुत्र हर्षभरित होऊन ऐकत होता. आवाजाची पेटी बोलतच होती. एकापुढे एक, किती गोष्टी. उदाहरणं. जन्मापासून महालात राहिलेल्या राजपुत्राला चकित आणि थक्क करणाऱ्या वेगळ्याच, माहीत नसलेल्या गोष्टी.

''ही आवाजपेटी मस्तच आहे आई. ही ठेवूया आपण. किती छान. अगदी दिवसभर ऐकत राहीन मी.''

राणी आणि दाई दोघीही राजपुत्राला आनंदी बघून खुश झाल्या. त्याला आवाजपेटीतला आवाज ऐकवत ठेवून त्या दोघी खोलीबाहेर गेल्या.

ठेंगूच्या जादूमुळे चिमीली पेटीतच रहावं लागायचं. तिला बाहेर येणं शक्य नव्हतं. ती फक्त बोलू शकत होती आणि ती तर बोलतच होती. ती दिवसभर बोलली आणि राजपुत्र स्वत: खातपीत असताना आपल्याला काहीही देत नाही हे पाहून भयंकरच संतापली. पण आवाजाच्या पेटीला खायला प्यायला कशाला लागेल असं त्याला वाटलं तर त्यात त्याची तरी काय चूक? रात्र पडल्यावर राणीनं पेटीचं झाकण लावलं. राजपुत्राला झोपता यावं म्हणून. पहाटे राजपुत्र लवकर उठला. त्यानं पेटीचं झाकण काढलं. लगेच तो आवाज आलाच पण थोडा थकलेला. अशक्त आणि बारीक. पण आवाज होताच. ''ए, तू मला बाहेर येऊ दिलंस तर मी पुन्हा इतकी कधी कधी बडबड करणार नाही. मला बाहेर काढ, मग तुला कळेल. मी थांबेन आणि बाकीच्या लोकांचंसुद्धा ऐकेन.

''वा ग, मी तुला बाहेर येऊ देणारच नाही. मला तू थांबायला नकोच आहेस. मी तुला इथंच ठेवून घेणार आहे. माझी जिवंत, खरीखुरी आवाजपेटी.'' राजपुत्र ओरडला.

चिमीला धक्का बसला. पेटीत कायम बसून राहण्याच्या कल्पनेनं ती घाबरूनच गेली. इतकी की तिचा आवाजच गेला. तिला एक शब्द बोलता येईना. ती गप्प झाली. तिचा आवाज जरा वेळानं परत आला पण ती गप्पच होती. कदाचित ती बोलली नाही तर राजपुत्राला ती पेटी नकोशी वाटेल आणि तिला घरी जाता येईल.

दिवसभर चिमी बोलली नाही. अर्थात् तिला ते फारच कठीण गेलं. राजपुत्राला त्या न बोलणाऱ्या पेटीचा थोड्याच वेळात कंटाळा आला. त्यानं दाईला ती पेटी दूर न्यायला

सांगितलं. पण जिना उतरताना गालिच्यावरून ती घसरली आणि पडली. पेटीही पडली आणि तिचं झाकण सताड उघडलं. चिमी घसरून पेटीबाहेर आली.

मग एका क्षणात ती उभी राहिली आणि जीव घेऊन पळत सुटली. टेकडीवरून कितीतरी पायऱ्या चढून-उतरून आधी काळोखातून आणि मग सूर्यप्रकाश, वारा, आवाज यांनी भरलेल्या आपल्या जगात टेकडीखाली आली. धावतच घरी पोहोचली. भुकेली, तहानलेली, रडवेली, घाबरलेली.

''अग, होतीस कुठं?'' आई ओरडली. ''आम्ही शोधतोय तुला. कुठे होतीस?''

''मी आवाजाची पेटी झाले होते. गाणारी, बोलणारी पेटी. मी सतत खूप खूप बोलते ना म्हणून झालं तसं,'' चिमी रडत म्हणाली. ''आता नाही बोलणार. आई शप्पथ.''

आणि खरंच. आता ती इतरांचं ऐकते. सतत बोलत नाही. जिवंत बोलकी पेटी होणं किती भयंकर असतं. हो ना? मला तरी असंच वाटतं बाई!

जादूचं बटण

एक होता भामटा. आता त्याच्या वागण्यातून त्याला दुसरं काय म्हणायचं ते तुम्हीच ठरवा. तसा खूप हुषार होता तो. पण दुसऱ्याला फसवण्यात हुषार. अशा फसवण्यानं त्यानं खूप पैसा केला होता. त्याचं एक छोटंसं दुकान होतं आणि त्यात सर्वच वस्तू मिळायच्या.

त्याची प्रत्येकाला फसवण्याची पद्धतही निराळी. साळूआजींनी त्याच्याकडून किलोभर बटाटे मागवले तर त्यातले दोनचार सडके आहेत ना हे तो बघायचा. अंडी मागवली तर शिळी आधी द्यायचा. कोंबड्यांच्या खाण्यात - कशाला डाळतांदुळातही बारीक दगड मिसळायचा. कोंबड्यांना खाणं देतांना देणारा थोडंच निवडून देणार आहे? आणि कोंबड्या बिचाऱ्या कशाला तक्रार करताहेत? पण गावात सगळे त्याला ओळखून होते आणि भामटा म्हणूनच त्याला ओळखत होते. तोंडावर नसतील म्हणत पण पाठीमागे नक्कीच!

गावात ठकूताई नावाची एक ढालगज बाई एकटीच राहत होती. एकदा तिलासुद्धा त्यानं फसवलं. म्हणजे तिनं त्याच्याकडून डाळिंबं घेतली ती अगदी निवडून, निवडून. पण तरी ती पिशवीत भरताना चलाखीनं त्यानं त्यातली चांगली काढून तीन-चार किडकी घातलीच.

पण ठकूताईला थोडी जादूही येत होती. तिला भामट्याची लबाडी लक्षात आली तसं तिनं त्याची खोड मोडायची असं ठरवलं. ‘त्याच्या शर्टाला मी हळूच एक जादूचं बटण लावते.’ ती स्वत:शीच हसून म्हणाली. ‘त्याला कळणारच नाही ते. पण जेव्हा तो कुणाला फसवत असेल तेव्हा ते सगळ्यांच्या लगेच लक्षात येईल...’

साळूआजी त्याच्या शेजारीच राहायची आणि लोकांचे कपडे धुवून, इस्त्री करून द्यायची. भामट्यानं तिला आपले कपडे धुवायला दिले. नेहमीच द्यायचा तो. साळूआजीनं ते धुवून मागल्या अंगणात दोऱ्यांवर वाळत घातले. पलीकडेच ठकूताईंचं घर. तिला सारं दिसायचंच. तिनं पाहिलं की साळूआजीच्या अंगणात भामट्याचे कपडे वाळताहेत. साळूआजी दळण आणायला गेली होती. ही संधी साधून ठकूताईनं आपली शिवणाची पेटी घेतली आणि ती साळूआजीच्या अंगणात गेली. तिथं भामट्याचा निळा कुडता वाळत होता. तिनं त्याचं एक बटण कात्रीनं तोडलं आणि आपल्याकडचं एक बटण तिथं शिवलं. तसंच काळं. साधंसं. पण ते शिवताना तिनं त्याच्यावर एक मंत्र घातला, ‘बटणा, बटणा,

भामट्यानं जर फसवलंच कुणाला, तर सांग ओरडून प्रत्येकाला. अशी कर फजिती त्याची, की मोडेल खोड जन्माची. पुन्हा नाही कुणाला फसवणार, वेडंवाकडं कधी नाही वागणार.' आणि मग गेली तशी परत आपल्या घरी आली.

साळूआजीला बिचारीला काहीच कळलं नाही यातलं. तिनं भामट्याच्या कुडत्याला चांगली इस्त्री केली आणि त्याला नेऊन दिला. दुसऱ्या दिवशी अंघोळ झाल्यावर भामट्यानं तो कुडता घातला नि त्याची सारी बटणं लावली.

दुकानात गेल्यावर त्याच्याकडे पहिलं गिऱ्हाईक आलं ते भीमाक्कांचं. त्याच्याकडे जवळपासच्या बायाबापड्याच अधिक यायच्या म्हणून तर त्याला फसवायला फावायचं. भीमाक्कांना पाव किलो चहाची पूड हवी होती. भामट्यानं अर्थात् तराजूला झटका देऊन

ती वजनात बरीच कमी दिली. चांगली पन्नास ग्रॅम कमी; पण तो पुडी बांधत होता. तेवढ्यात त्याच्या हनुवटीखालून एक उंच, किनरा आवाज आला, ''बघा, बघा. हा फसवतोय. चहा वजनांत कमी आहे बराच. मी पाहिलं ना त्याला वजन करतांना!''

भामट्यानं भीतीनं पिशवीच खाली टाकली. कोण बोललं ते पाहायला त्यानं सर्वत्र

पाहिलं. भीमाक्काही आश्चर्यानं पाहत राहिल्या. त्यांनाही कोडं पडलं. ''पुन्हा मोज पाहू तो चहा. टाक पुन्हा पारड्यात'' त्या खेकसल्या. भामट्याला पुन्हा तराजूत पुडी टाकावी लागली. वजन अर्थातच कमी होतं.

''म्हणजे, तू मला फसवत होतास,'' भीमाक्का चिडून म्हणाल्या. ''ठेव तुझा चहा. मला काय लागेल ते मी यापुढे बाजारातल्या धनशेट वाण्याकडून आणीन. लांब असला तरी इतका फसवत नाही तो निदान.'' आणि त्या तरातरा दुकानाबाहेर पडल्या.

भामटा थक्क झाला आणि घाबरलादेखील. बारीक सुरात कोण ओरडलं होतं आत्ता? कोण असेल ते? त्यानं दुकानभर शोध शोध शोधलं आणि त्याला त्याच्या अगदी गळ्याखालून आवाज आला, ''मी तुला बघतोय पण तुला मी दिसणार नाही. पण तू भामटा आहेसच. लबाडा, मला कळतंय सगळं.''

भामट्याचे केस भीतीनं ताठ उभे राहिले. त्यानं खिशांत पाहिलं, काही असलं तर. पण नव्हतंच काही. ''मला नाही हे आवडलं. ही कसली थट्टा? मी आता बाबूरावांकडे जातोय कांदेबटाटे पोहोचवायला. तोपर्यंत कुणी इथं असेल तर त्यानं निघून जावं. जादू असेल तर तिनंही!''

आणि तो कांदेबटाटे घेऊन गेला. पण त्याच्या अंगात तो शर्ट होताच. म्हणजे ते बटणदेखील. त्यानं कांदेबटाट्याचं पोतं बाबूरावांच्या ओसरीवर ठेवलं. बाबूराव घरी नव्हते. घरात कोणीच नव्हतं त्याला पाहायला. मग त्यानं पोत्यांतले तीनचार मोठे कांदे काढले बाहेर. बाबूराव थोडेच पुन्हा वजन करणार आहेत त्यांचं? कोणाचाही आवाज आला नाही. ''अच्छा, म्हणजे दुकानांतच कुणीतरी होतं तर,'' आणि तो परत निघाला. वाटेतच त्याला बाबूराव भेटले. ''मी आताच तुमचं कांदेबटाट्याचं पोतं तुमच्या घरी ठेवून आलोय. ओसरीवरच ठेवलंय. कुणी नव्हतंच घरी. उत्तम माल आहे. तुम्ही तीन रुपये द्यायचेत मला.''

''पण पोतं ठेवल्यावर त्यातले तीन मोठे कांदे त्यानं पुन्हा काढून घेतलेत बरं का!'' बटण ओरडलं. ''तो पक्का भामटा आहे. बाबूराव त्याच्यावर विश्वास नका ठेवू. घरी जाऊन पोत्याचं वजन केल्याशिवाय त्याला पैसे नका देऊ.''

बाबूराव आश्चर्यानं भामट्याकडे पहात राहिले. आवाज कुठून आला ते त्यांनाही कळलं नाही. पण ते एवढं मात्र म्हणाले, ''मी पोत्याचं वजन केल्यानंतरच पैसे देईन आणि तू जर

मला फसवायचा प्रयत्न करीत असशील तर मी आपला दुसरीकडूनच माल घेईन कसा! बाजारात भाजीवाले काही कमी नाहीत. अच्छा!''

''बाप रे! हे भयंकर आहे सगळं. हा आवाज येतो कुठून? ही जादू माझ्या मानगुटीवरच बसली आहे बहुतेक. मी घरी जाऊन बघतोच. जादूचा कोळी नाहीतर ढेकूण असेल एखादा!''

म्हणून घरी गेल्यावर भामट्यानं प्रत्येक कपडा काढून काळजीपूर्वक तपासला. खिसे उलटेपालटे केले. पण जादूची असावी असं वाटण्याजोगी एकही वस्तू त्याला सापडली नाही. बटणाची त्याला अर्थात् शंकाही आली नाही. ते त्याच्या कुडत्याच्या गळ्याशी होतंच पण बाकीची बटणंही तशीच होती की अगदी!

''काय भानगड आहे कुणास ठाऊक!'' भामटा मनाशी म्हणाला. ''मला तर काही सापडत नाहीये.''

पुढच्या बाजूला दुकानांतून हाक आली म्हणून तो गडबडीनं दुकानांत आला. तीन गिऱ्हाईकं आली होती.

''अहो दादा, मला अंडी पाहिजे होती चार आत्ता. ताजी हवीत हं.''

''देतो ना!'' भामटा म्हणाला आणि पिशवीत त्यानं चार अंडी भरली. तीन ताजी पण एक पार शिळं, जुनं. आणि पिशवी अंडी मागणाऱ्या बाईला दिली.

''लबाडा,'' बटण ओरडलं. ''एक अंडं शिळं आहे हो, नासलेलं. लबाड माणूस!'' भामट्याच्या हातून अंड्याची पिशवी खालीच पडली. अंडी फुटली आणि सडलेल्या अंड्याचा घाण वास सगळीकडे पसरला.

''काय सांगितलं मी?'' बटण म्हणालं आणि खिदळलं. खीः खीः करून.

''शीः, काय घाणेरडा वास?''

''अगबाई, मी आपली दुसरीकडेच जाते,'' बाई म्हणाली नि गेली पण.

''तुम्हाला काय हवंय मावशी?'' भामट्यानं दुसऱ्या बाईला विचारलं. तो शरमेनं लाल झाला होता. दुसरी बाई गांगरली होती. आवाज तिनं पण स्पष्ट ऐकला होता. पण कोणीच दिसलं नव्हतं.

''पपया कशा दिल्या ह्या?'' तिनं विचारलं.

''घ्या ना. गोड आहेत,'' भामट्यानं एक पिवळीधमक पपई काढली.

“हां. मुळीच गोड नाहीय ती. नि तुला माहीत आहे हे. लबाड, पुन्हा फसवतोयस.” बटण म्हणालं.

भामट्यानं चटकन् ती पपई जागेवर ठेवली आणि दुसरी काढली. पण तो वळून बघतो तर गिऱ्हाईकं निघून गेली होती. बटणाचं बोलणं त्यांनी ऐकलं होतं. सारंच विचित्र! नकोच इथं काही घेणं. असाच विचार केला असावा त्यांनी.

ठकूताई तेवढ्यात दुकानाच्या दारातून डोकावल्या. “काय कसं काय?” तिनं तोंडभर हसून विचारलं. भामट्याला नव्हे, बटणालाच.

“छान आहे की!” बटण लगेच म्हणालं.

“नाही, पण कसं काय चाललंय तुझं?” ठकूताई म्हणाली.

“मस्तच चाललंय. हा फसवतोय लोकांना नि मी लगेच सांगतोय त्याबद्दल.” भामटा भीतीनं आपल्या कुडत्याकडे पाहू लागला. आवाज कुठून येतोय ते अजून त्याला कळत नव्हतं. “ठकूताई, तुम्ही काही केलंत? जादूबिदू?”

“अं, हो.” ठकूताई हसली. “पण काय ते मी नाही सांगणार. फसव तुला किती

फसवायचं ते. प्रत्येकाला आता कळेलच. तुला मग दुकान बंद करण्याखेरीज उपायच राहणार नाही दुसरा.''

भामटा काय बोलणार? त्यानंतर त्यानं कुणाला फसवलं नाही. तो मुळी मनातून घाबरलाच. प्रामाणिक असलेलं एकूण बरंच.हे त्याला कधी कळेल ते कळेल. पण नाही कळलं तर त्याच्या कुडत्यावर ते बटण आहेच. आता तो कुडताच न घालणं त्याच्या हाती आहे. पण आता बटणाचा आवाज वाढलाय. घरातल्या कपाटांतूनही ते ओरडून सांगतं बाहेरच्या माणसाला आणि कुडता कुणाला दिला तरी दुसऱ्या दिवशी परत येतो त्याच्याकडे बटणासकट. हां. आता बटण कापता येईल म्हणा, पण ते बटण कापून टाकता येईल अशी कात्री अजून तरी भामट्याला मिळत नाहीय. त्यामुळे प्रामाणिक राहण्याखेरीज गत्यंतरच नाही त्याला. त्या बटणाचा आवाज ऐकायला मात्र उत्सुक आहेत सगळेच. निदान मी तरी!

एकेकाचं नशीब

मनू आणि विनू, दोघेही वैतागले होते. त्यांच्या खाष्ट आतेनं त्यांना सकाळीच काहीही खायला न देता घराबाहेर काढलं होतं.

''किती दुष्ट आहे आते. तिच्या बागेत झाडांसाठी आपण खड्डे खणले नाहीत म्हणून ...'' मनू म्हणाला.

''आणि मागचं अंगण झाडलं नाही म्हणूनसुद्धां!'' विनू कुरकुरला. ''काय झालं अंगणात कचरा असला म्हणून? तो काय खायला मागतोय? म्हणे 'इथं रहायचं असेल तर खूप काम केलं पाहिजे', हं!''

ते दोघे नदीकाठानं चालले होते. नदी शांतपणे वाहात होती. ऊन पडलं होतं. छान होतं सगळं.

''आपण माणसांपेक्षा नदीनाले झालो असतो तर! काही करायचं नाही. नुसतं आपलं वाहायचं. मग अशी खडूस आते पण नसती. सतत काहीतरी निरर्थक कामं सांगणारी.''

''किती गरम होतंय. चल, इथं झाडाखाली बसू या.''

''हं, आपल्याला शेतातली रताळी खणून आणायला सांगितली आहेत. विसरू नकोस,'' म्हणत विनूनं मनूशेजारी बसकण मारली. ''अहाहा!! आते नसेल अशा कुठल्याही जागी काय छान वाटतं!'' तो म्हणाला.

मग पायातल्या चपला काढून त्यांनी पाण्यात पाय बुडवले आणि ते आळसावत गप्पा मारू लागले.

''आपलं नशीब चांगलं पाहिजे बघ विनू. नशीब चांगलं असलं की काहीतरी चांगलं होतंच,'' मनू म्हणाला.

''उदाहरणार्थ, रस्त्यांत सोन्याचं नाणं मिळणं किंवा जादूची काठी, मंत्र असं काहीतरी!''

''मला आधी खायला मिळायला हवंय. सकाळी नाश्ताही झाला नाही. भयंकर भूक लागलीय मला. आते आपल्याला फार वाईट वागवते नाही? म्हणजे आपल्यावर नशीब खूपच प्रसन्न व्हायला पाहिजे. थोड्यानं नाही भागायचं.'' इति विनू.

नदीच्या वरच्या बाजूला बऱ्याच अंतरावर पप्पू उभा होता. नदीतून प्रवाहाच्या उलट्या दिशेनं होडी चालवीत तो इथपर्यंत आला होता आणि त्या श्रमांनी फार फार दमून धापा टाकीत होता. पुढे खबदाडींत त्याची एक लाडकी जागा होती बसायची तिथे बसून गळ

टाकून तो तासन् तास मासा गळाला लागण्याची वाट पाही. त्यानं बरोबर बसायला चटई, पाऊस आला तर छत्री, खायला भक्कम जेवणाचा डबा नि वाचायला गोष्टींची दोन लठ्ठ पुस्तकं आणली होती. दिवस मजेत घालवायचा त्याचा बेत होता. खायला-प्यायला, वाचायला नि झोपायलाही भरपूर, शिवाय भरपूर मासे पकडायची हौस.

पप्पू, आपल्या लाडक्या जागी आला. तिथल्या झाडाला होडीचा जाड सुंभ गुंडाळून, आपल्या सगळ्या साहित्यासह. मग अचानक त्यानं एक रागाचा उछ्वास टाकला. तीन गाई तिथं उभ्या राहून त्याच्याकडेच पाहत होत्या.

पप्पूला गाई आवडत नसत. मासे पकडतांना त्या मागे येऊन त्याच्या मानेवर उछ्वास टाकीत. ते तर मुळीच आवडत नसे. कारण त्यामुळे पाण्यातले मासे भीत, त्यालाही अस्वस्थता येई. घोडे किंवा गाईंच्या मागे येऊन मानेवर उछ्वास टाकण्याला तोही घाबरत असे. हो, थोड्या वेळाने आपल्या केसांनाही गवत समजून कुरतडायला कमी करणार नाहीत त्या.

म्हणून पप्पू खंबीर स्वरांत गाईंना म्हणाला, ''श्शू! कोण त्या? चालत्या व्हा आधी.''

गाईंनी तोंडातला घास चघळला आणि आपल्या जागेवरून सूतभरही न ढळता त्याच्याकडे टक लावून बघत राहिल्या. मग पप्पूला त्यांना हाकलावंच लागलं. एकामागोमाग एक असं त्यानं तिन्ही गाईंना पिटाळलं. पण तिसरीला पिटाळीपर्यंत पहिल्या दोघी त्याच्या गळाजवळ येऊन उभ्या राहून गळ खायला बरा लागत असेल का यावर विचार करीत होत्या. म्हणून मग पप्पूला पुन्हा पहिल्यापासून त्यांना हाकलावं लागलं. त्यांची जणू शिवाशिवीच चालली होती कितीतरी वेळ. पप्पू वैतागला पण आणखी वैतागण्यासारखी गोष्ट अजून घडायचीच होती. तिन्ही गाईंना मैदानाच्या पार दुसऱ्या टोकाला पिटाळून तो परत आला, तेव्हा त्याची होडी जागेवर नव्हती.

होडी अदृश्य झाली होती. शिवाय त्याचं जेवण, पुस्तकं, छत्री, चटई यातलंही काही ठिकाणावर नव्हतं. त्याचा गळ तेवढा तिथे होता.

पप्पूनं रागानं पाय आपटले. इतक्या जोरांत की जवळचे सगळे मासे पळाले जीव घेऊन.

''होडी गेली, स्वतःहून. आता तिला शोधायला मैलच्या मैल तुडवायला हवेत. काय पण दिवस उगवलाय. या तीन गाईंपायी झालं हे. माझ्यामागे आल्या होत्या ना.''

होडी स्वत:च गेली होती हे खरंच. कारण तिचा सुंभ झाडाला नुसताच गुंडाळला होता ना पप्पूनं. तो सरकला. आता होडी जिथून आली तिथं पोहोचून काहीच न झाल्यागत हळूच डुलत होती. नेमकी मनू-विनू लोळत होते तिथंच. ते पाण्यात पाय बुडवून बसले होते म्हणताना, बरेचसे आडवे झाले होते. होडी वाहात त्यांच्या नाकाशी पोचली होती आयती. अजून त्यांना ती दिसली कशी नव्हती?

मनू-विनू अजून नशिबाच्या गोष्टी करीत होते. ''काहींचं नशीब चांगलं असतं तर काहींचं वाईट. हे बरोबर नाही,'' मनू म्हणाला.

''आते म्हणते की खूप काम करणाऱ्यांचंच नशीब चांगलं असतं. पण विनू चांगलं नशीबच असलं पाहिजे रे. म्हणजे इच्छा केली की लगेच पूर्ण झाली असं.''

''आत्ता माझी इच्छा पूर्ण होणार असेल तर मी छान भरपेट जेवण मागेन,'' विनू म्हणाला. त्याच क्षणी होडीनं त्याच्या पायाला गुदगुदल्या केल्या. पण विनूला वाटलं मनूच लाथा मारतोय. ''मनू बघ हं. पाय नको लावूस.'' तो म्हणाला.

''मी कुठं लावतोय?'' मनू.

''तूच नाही तर कोण?'' विनू म्हणतोय तोवर होडीनं असा धक्का दिला की तो दोघांच्याही पायांना लागला. ''नको म्हटलं ना,'' दोघे म्हणाले. विनू ताठ बसला. ''मनू, होडी बघ.''

''होडी? खरंच की! आणि कुणी नाही तिच्यात. कोणी पाठवली असेल रे!'' मनूनं विचारलं.

''मूर्खासारखं बोलू नकोस,'' विनूनं चापलं.

''आपलं नशीब अचानक फळफळलं असेल. नाहीतर माणसांशिवाय नुसत्या बोटी कधी येतात का? नाहीतर ही जादूची होडी असेल. नशीब उघडणारी होडी. चांगल्या गोष्टी भरून आलेली होडी!'' मनू.

विनूनं होडी ओढून घेतली. ''अरे वा! ही खाऊ भरलेली टोपली बघ.''

''वा! कित्ती छान! माझी इच्छा पूर्ण झाली. आत्ताच मी जेवण मागितलं होतं ना! मी तुला देईन त्यातलं,'' मनू म्हणाला.

''तू मला देणार? देशील ना, पण मिस्टर, ती तुमची एकट्याची नाहीच आहे. ती आहे आपली दोघांची. होडी दोघांकडे आलीय.''

“बरं, बरं,” मनूनं म्हटलं आणि होडीतून खाऊची टोपली काढून घेतली. त्यात संत्र्याच्या रसाच्या दोन बाटल्या होत्या. “बघ, बघ. माझा आवडता - संत्र्याचा रस.”

“आणखी काय आहे?” विनूनं विचारलं.

“आपल्याला बसायला चटई. बरं झालं. गवत थोडं ओलंच आहे इथलं. आणि बघ, दोन जाडी जाडी गोष्टींची पुस्तकं. जेवण झाल्यावर लोळत वाचायला,” मनूनं सांगितलं.

“पाऊस आला तर छत्रीसुद्धा. पाऊस येईलही. मनू, कुणीतरी आपली सगळी सहल छान करण्यासाठी विचार करून सामान पाठवलंय. खूपसं खायला प्यायला, बसायला, लोळायला चटई आणि पुस्तकं, छत्री. म्हणजे आपलं नशीब चांगलंच फळफळलं की.”

दोघांनी होडीतलं सगळं घेतलं. चटई अंथरली, छत्रीचा दांडा ससोबाच्या घरांत खोचला, ती उडून जाऊ नये म्हणून. शेजारी पुस्तकं ठेवली आणि जेवणाचा डबा उघडला.

“माझ्या आवडीची थालिपीठं,” मनू म्हणाला.

“शिरा आणि लोणचं. माझ्या आवडीचं,” विनू म्हणाला. “श्रीखंडपुरी, दहीभात, आ ऽऽ हा! तूच हे मागितलं असशील तर तुझी आवड मस्तच आहे हं.”

दोघांनी सगळं एकूणएक चापलं. रस प्यायला. आता पुस्तकं घेऊन लोळणार तेवढ्यात दोन गाई तिथं आल्या.

“हड् हड्, छू: अरे हाट्! पाणी प्यायला तुम्ही दुसरीकडे जा बरं गाईंनो! ही आमची जागा आहे. अरे मनू, त्या गाई बघ पिशव्या खाताहेत. श्शू! हाकल रे त्यांना!”

गाई हलेनात तेव्हा मनू-विनू त्यांच्यामागे धावून त्यांना हाकलू लागले. त्यासाठी नदीकाठानं धावले. आरडाओरडा केला तेव्हा कुठे सावकाश त्या हलल्या. धावतांना त्यांना एक चिडलेला मुलगा दिसला. पप्पूच होता तो. अजून आपली होडी शोधत होता. त्यानं मनू-विनूला हाक मारली.

“ए, अरे, अहो, मला तुम्हाला काही विचारायचंय. थांबा.”

पोट फुटेतो खाल्ल्यावर एवढं धावावं लागल्यानं मनू-विनूही वैतागले होते. त्यातही कोण शिष्ट मला विचारायचं म्हणतोय? त्यांनी लक्षच दिलं नाही. आपल्या जागेकडे चालायला लागले खुशाल. पण पप्पू मोठा होता त्यांच्याहून. त्यानं जाऊन दोघांची मानगूट पकडली. “बऱ्या बोलानं मी विचारतोय त्याचं उत्तर द्या.”

“विचारा,” मान दुखल्यानं दोघे म्हणाले.

“माझी होडी पाहिलीत का तुम्ही इथे?”

“आमच्याकडे आहे एक. हवं तर घेऊन जा. भाड्यानं बरं का,” दोघे म्हणाले.

“मी कशाला भाड्यानं घेऊ? मी माझी स्वत:ची होडी शोधतोय. माझा जेवणाचा डबा आहे तीत.”

“ज...ज...जेवण?” विनूला एकदम झीट आली.

“होय. जे-व-ण. ऐकला नाही कधी हा शब्द? माझ्या जेवणात थालिपीठं, शिरा, लोणचं, श्रीखंड-पुरी, संत्र्याचा रस आणि काय काय होतं,” पप्पू जिभल्या चाटत म्हणाला.

“खरंच. एवढं सगळं?” मनूही चाचरला.

“हो. का? तुम्हाला एवढं बावचळायला काय झालं? माझी होडी पाहिलीत तुम्ही?”

“आता ती तुमची होडी की आणखी कुणाची ते काही ठाऊक नाही आम्हांला.” विनू

म्हणाला. याक्षणी आपण इथून शंभर मैल दूर असायला हवं होतं असं त्याला मनापासून वाटलं. ''तुम्ही आमच्या माना सोडल्यात तर आम्ही दाखवतो ती होडी!'' ''काही नकोत सोडायला. असेच चला.'' पप्पूनं थोडं संशयानं दरडावून म्हटलं, ''चला लवकर.''

आणि लवकरच जावं लागलं त्यांना. बोटीशी आल्यावर पप्पूनं त्याचा रिकामा डबा, पुस्तकं, रिकाम्या रसाच्या बाटल्या, पसरलेली चटई आणि मातीत दांडा खुपसलेली नवी छत्री पाहिली.

''तुम्ही माझा डबा खाल्लात! हिंमत कशी झाली तुमची? चोर कुठले? हावरट, चोरटे! आता तुम्ही दोघांनी होडी वल्हवा प्रवाहाविरुद्ध आणि गावात पोलिसचौकीवर चला. चला आधी. माझी छत्री आणा. तुम्ही हळू वल्हवलंत तर तिचं टोक खुपशीन तुमच्या पोटांत,'' संतापून पप्पू ओरडला.

मनू-विनूला होडी वल्हवावीच लागली. चांगली मैलभर. तरी हळूच चालली ती. मैलभर अंतरावर तिथली दगडी पोलिसचौकी होती. किती दमले, थकले ते. धापा टाकीत पोहोचले कसेबसे. पप्पू त्यांना एक मिनिट थांबू देत नव्हता. कुणी थांबलाच तर छत्री खुपसलीच पप्पूनं त्याच्या कुशीत. सारखा तो त्यांना शिव्या देत होता. चोर, डाकू, भामटे

म्हणत होता. मनू-विनूचं अक्षरही ऐकून घ्यायला तयार नव्हता तो.

''आम्हाला वाटलं आमची इच्छा ऐकून देवानं ही होडी पाठवलीय आमच्यासाठी.'' विनू रडतरडत म्हणाला, ''आम्हाला वाटलं आमचं नशीब फळफळलं म्हणून. शप्पत.''

पण सांगून उपयोग नव्हताच. पप्पू काही ऐकूनच घेत नव्हता. शिवाय रात्री मनू-विनूनं आतेला सांगितलं तर तिनंही ऐकून घेतलं नाही. ''खरंच आहे हो तुमचं. नुसते आळशी, ऐतखाऊ, भामटे आहेत ते. त्यांना चांगला धडा शिकवायलाच हवा आणि मानेवर खडा ठेवून कामाला लावायला हवं. तर शिस्त लागेल त्यांना,'' ती वरती म्हणाली.

आणि मग तिनं एक व्याख्यान दिलं. पप्पूनं त्यांना कामाला लावलं. आठवडाभर त्या दोघांनी त्याची होडी वल्हवून त्याला फिरवून आणायचं, त्याला हवं असेल तिथे. शिवाय त्याच्याबरोबर त्याच्याच घरी राहायचं. त्याची बाग खणून खड्डे खणायचे झाडांसाठी. त्याबदली त्यांना जेवण मिळेल. तेवढंच. विश्रांती नाहीच. रात्री झोपतील तेवढंच.

''पुन्हा म्हणून मी कसली इच्छा करणार नाही,'' तो भयंकर आठवडा संपला तेव्हा विनू म्हणाला.

''मी पुन्हा चांगलं नशीब मिळण्याची वाट पाहाणार नाही,'' मनूनं सांगितलं.

''ए, पण आपण नदीकाठी चटई पसरून छत्रीखाली डबा खाऊन लोळत होतो, ती होडी सगळ्या वस्तू भरून आली तेव्हा किती छान वाटलं होतं आपल्याला. खरं की नाही?'' विनू हळूच म्हणाला.

इतकं राबवून घेतलं होतं पप्पूनं त्यांना की तो आठवडा संपल्यावर ते आतेकडे परत गेले तेव्हा आतेची छोटी छोटी कामं त्यांना अगदी सोपीच वाटली. पटापट करून टाकू लागले ते. भराभर कामं करताना पाहून आतेही खुश झाली त्यांच्यावर.

''तुम्ही बदललांत हं दोघेही. पण छानच झालं म्हणा. आता मीही बदलेन. आधी साखरांबा करते तुमच्यासाठी आणि जेवायला पुरणपोळ्या. काय कसा वाटला बेत. बरोबर अळूवड्या असू देत ना?''

''आ ऽऽऽ हा! मनू-विनूचे चेहरे हसण्यानं उजळले नुसते. नशीब फळफळलं म्हणतात ते हेच असावं. बाकी तसं वाईट नशीब नाहीच म्हणा आपलं. आतेसुद्धा बदलली म्हणजे बघा आता!''

जादूचं रबर

आणि इतर गोष्टी

निर्मला मोने

हे पुस्तक माझं आहे.

....

....

मेहता पब्लिशिंग हाऊस

JADUCHA RABBER ANI ITAR GOSHTI by Nirmala Mone

जादूचं रबर आणि इतर गोष्टी / बालसाहित्य
१०१ ए, अनुषा सोसायटी, जी. ए. कुलकर्णी रोड, कोथरूड, पुणे २९.

प्रकाशक : सुनील अनिल मेहता
मेहता पब्लिशिंग हाऊस, १९४१, सदाशिव पेठ, माडीवाले कॉलनी, पुणे ३०.
✆ ०२०-२४४७६९२४

E-mail : info@mehtapublishinghouse.com
Website : www.mehtapublishinghouse.com

मुद्रक : स्पेक्ट्रम ऑफसेट, एरंडवणा, पुणे ०४.

प्रथम आवृत्ती : ऑगस्ट, २००७
द्वितीय आवृत्ती : जुलै, २०१३
तृतिय आवृत्ती : एप्रिल, २०१७

मुखपृष्ठ व आतील चित्रे : देवीदास पेशवे

किंमत : **₹ ७०**

ISBN 9788177667769

अनुक्रम

विलक्षण बाहुली

“मिनी, ऋचा, रीना तुम्ही आज दुपारी माझ्या घरी यायचं. माझी छान बाहुली पाहायला. दुपारी चहाच्या वेळी. नक्की या हं!” जुई आपल्या मैत्रिणींना म्हणाली.

“एवढं काय नवल आहे तिच्यांत?” मिनीनं विचारलं.

“ती बोलते, चालते तिची तीच एकटी,” जुई म्हणाली. “तुम्हाला खरं नाही ना वाटत? पण खरंच करते ती सगळं.”

“म्हणजे ती खरीखरी - म्हणजे जिवंत आहे की काय?” ऋचानं आश्चर्यानं विचारलं.

“नाही गं, आहे बाहुलीच. पण चावी फिरवली की बोलते-चालते. मग या हं दुपारी,” जुई म्हणाली. म्हणून मग चहाच्या वेळी मिनी, ऋचा आणि रीना जुईची बाहुली बघायला तिच्या घरी जमल्या. बाहुली होती खरीच छानदार. जुई म्हणाली तशीच अगदी. जुई तिच्या पाठीची चावी फिरवायची. मग आतलं मशीन सुरू व्हायचं. “आई, आई गं, ये ना. मला उचलून घे. आई गं... ये ना...”

तिघी मैत्रिणी बाहुली बघून चाटच पडल्या होत्या. आपल्या डोळ्यांवरच विश्वास नसल्यासारख्या. त्या बाहुलीकडे एकटक बघत होत्या.

“अग, तिचा आवाजसुद्धा अगदी खऱ्या खऱ्या बाळासारखा आहे. जुई, तिला चालायला लाव ना!”

जुईनं बाहुलीला उभं केलं. बाहुली दोन पायांवर तोल सांभाळून छान ताठ उभी राहिली. मग तिनं एक पाऊल पुढे टाकलं. थोडं कडकपणे. पण चालली खरीच. तिनं चालत चालत टेबलाला एक फेरी घातली. परत वळून आली आणि तिनं सुरू केलं, “आई, आई गं, ये ना, मला उचलून घे. आई गं ये ना!”

जुईनं तिला उचलून घेऊन छातीशी धरले, पापे घेतले. तिचे डोळे चमकत होते. “बघा, मी म्हटलं होतं ना, तुमचा विश्वास नव्हता माझ्यावर. पण मी खरंच सांगत होते की नाही! ती खरीच बोलते आणि चालते...”

इतर खेळणीसुद्धा नव्या बाहुलीला पाहून थक्क झाली होती. रोज रात्री सारी खेळणी जागी होऊन बोलायचीच. आपल्या खेळण्यांच्या भाषेत. पण दिवसा जागं न होताही माणसासारखं चालणं-बोलणं म्हणजे वेगळंच!

“ती जिवंत प्राणीच असेल,” विदूषक म्हणाला. रात्री टेडी बेअरशी - अस्वलाशी - गप्पा मारीत होता तो. “बाकीच्यांसारखी खोटी नसेलच. बाकीच्यांना दिवसा गप्प

एका जागी बसून राहावं लागतं. ही नाही राहात. अगदी खऱ्या मुलांसारखी बोलते.''

खरं म्हणजे त्यांना नव्या बाहुलीची भीतीच वाटत होती. रात्री तशी ती खेळण्यांच्या भाषेत सगळ्यांशी बोलायची; पण तरी अजून ती त्यांना परकीच वाटत होती. कुणाची तिच्याशी मैत्री नव्हती झालेली म्हणून नवी बाहुलीही उदास होती.

''तू कशी वेगळीच आहेस,'' अस्वल तिला म्हणालं. ''आम्हाला अजून तुझी सवय नाही होत. काही म्हणा, तू आमच्यातली वाटतच नाहीस.''

''पण मी तुमच्यातलीच आहे. चालते-बोलते खरी पण त्याला मी काय करणार? ती आपली यंत्रांची करामत. मी पण एक खेळणंच आहे. म्हणून आपली मैत्री व्हायला हवी.'' ''बरं, मला वाटतं. सवय झाली की होईल मैत्री!'' विदूषक म्हणाला.

''तितके दिवस मला थांबायचं नव्हतं. पण थांबावंच लागेलसं दिसतंय,'' बाहुली म्हणाली. पण दोनच दिवसांनी एक भयंकर गोष्ट घडली. दुपारची वेळ. खेळण्यांच्या खोलीत कुणीच नव्हतं. सारी खेळणी इथं तिथं बसली होती. पण एकदम काहीतरी घडलं. झालं काय. हिवाळा असल्याने शेकोटीत ऊबेसाठी निखारे पेटत ठेवले होते. त्यातला एक लाकडी ओंडका फुटला. जळत्या निखाऱ्यांचे तुकडे एकदम बाहेर

उडाले. त्यातला एक कागदाच्या टोपलीतच पडला. क्षणात कागद पेटले नि जाळ झाला. खेळणी भिऊन बघत राहिली. ज्वाळा, धूर, ठिणग्या! आता काय करायचं? आता पडदेही पेटतील.

नवी बाहुली ताठ झाली. उभी राहून तिनं एक पाऊल टाकलं. मग दुसरं. ती चक्क चालायला लागली. नेहमीसारखीच. चालताना नेहमीसारख्या हाका मारू लागली, ‘‘आई, आई गं, मला घे. ये ना. मला उचलून घे ना. आई, आई गं, येना मला घे.’’ ती दारापर्यंत गेली. दार उघडंच होतं. ती बाहेर पडली. पुढची गॅलरी चालून पार जिन्यापर्यंत पोहोचली. अरे बाप रे! जिना! हा उतरता येईल आपल्याला?

ती जपून एक पायरी उतरली. मग दुसरी, तिसरी. उतरताना ती कळवळून हाका मारीतच होती, ‘‘आई, आई गं, ये ना, मला उचलून घे. आई गं. घे ना.’’ बाहुली जिना उतरताना सारी खेळणी तिच्या हाका ऐकत होती. बाहुली खाली पोहोचली एकदाची. तिथं एका खोलीचं दार उघडं दिसलं. ती हाका मारीत तिथं पोहोचली. जुई आईबरोबर तिथंच होती. त्या दोघीही बाहुलीकडे पाहतच राहिल्या. जुईनं धावत येऊन बाहुलीला उचललं.

"काय झालं सोने? तू घाबरलीस? का ग? वर खोलीत कुणी तुला घाबरवलं? आई ग, ती मला बोलवायला आलीय. नक्कीच. मला माहीत आहे..."

"वेडी की काय? कुणीतरी किल्ली दिलीय तिला तू चकित व्हावंस म्हणून," आई म्हणाली.

"आई, आई गं, ये ना. मला उचलून घे..." बाहुली म्हणाली.

"का आलीस तू मला बोलवायला? काय झालंय? थांब, मी बघते," जुई म्हणाली आणि बाहुलीला छातीशी धरून वर गेली. खेळण्यांच्या खोलीतून धुराचा मोठ्ठा ढग बाहेर आला. जुई किंचाळली, "आई गं, खेळण्यांच्या खोलीत आग लागलीय. लवकर ये. धाव."

आई धावतच आली. कागदाची टोपली जळताना आणि पडदेही जळण्याच्या बेतात असताना पाहून ती बाथरूमकडे धावली. बादलीभर पाणी आणून तिनं टोपलीवर टाकलं.

झ्-झ् आवाज करीत विस्तवाच्या ज्वाळा विझल्या. खेळण्यांना आनंदानं नाचावंसं वाटलं. आईनं लगेच तिथला पसारा, चिखल, सारं आवरून शेकोटी थोडा वेळ बंद केली. तिचं दार बंदच केलं.

"बघितलंस आई, माझी बाहुली मुद्दाम मला सांगायला आली," जुई बाहुलीला घट्ट मिठी मारून म्हणाली. "सगळ्या पायऱ्या उतरून मला हाका मारीत आली बिचारी. कित्ती शहाणी आहे माझी छकुली. मला फार फार आवडते ती!"

आणि तेव्हापासून ती बाकीच्या खेळण्यांचीही लाडकी झालीय. त्या रात्री तिच्याभोवती सगळी जमली होती. तिला शाबासकी देत होती, थोपटत होती आणि जवळ घेत होती. ते पाहायलं हवं होतं साऱ्यांनी. अगदी धमालच उडवली होती त्यांनी.

आता बाहुली खूप आनंदात आहे. तिला खूप मित्रमैत्रिणी मिळाल्या आहेत ना! जुईनं दुसऱ्या दिवशी धावत जाऊन मैत्रिणींना ही हकीकत कशी घोळून घोळून चवीनं सांगितली असेल त्याचा अंदाज तुम्ही करालच. तिनं मिनी, ऋचा, रिना यांना तर सगळं सांगितलंच पण मलाही सांगितलं म्हणजे पहा; आणि मला सांगितल्यावर तुम्हाला मी हे सांगितलं नाही तर मला कसं चैन पडेल?

विलक्षण बूट

एक होता ठेंगू. फार चटपटीत. सगळी कामं पटापट करायचा तो. प्रत्येकानं त्याच्यासारखंच चटपट सगळं करावं असं त्याला वाटायचं. चटपट आणि हलक्या पावलानं. त्याचं नावच हलकू. ते छान शोभायचं त्याला.

"हलकू चालत नाहीच कधी. नेहमी धावतो," त्याचे मित्र हसून म्हणायचे. "तो पहा चालला घाईघाईनं, नेहमीसारखाच."

हलकू खरंच गावातल्या एकुलत्या एक रस्त्यावरून घाईनं खरेदीला चालला होता. पण रस्त्यांत कोणी म्हातारीकोतारी किंवा लहान मुलाला घेऊन जाणारी बाई, एखादी मोळीवाली, असं कुणी आपल्या पुढे आलं आणि त्यांच्या मागून हळूहळू जावं लागलं की त्याचा पारा चढे. म्हाताऱ्या तातांचा पाय दुखावला होता, तेव्हा त्यांच्याबरोबर जातांना तो इतका चिडायचा की सांगता सोय नाही.

हलकू त्याच्या आत्याकडे राहायचा. हिमाताई ढवळे त्यांचं नाव. नावासारखे त्यांचे

पांढरे शुभ्र केस. हिमाताई स्वभावानं खूप गोड होत्या. आपल्याहून हळू चालणाऱ्या लोकांवर हलकू चिडायचा म्हणून त्या त्याला रागवायच्या. ‘‘अरे, तुझ्यासारखी सगळीच कशी धावतील सारखी? म्हातारपणी जमेल का ते? तू म्हातारा झालास की कळेल तुला ते किती कठीण असतं ते! म्हातारपणी वाटलं तरी घाईनं काही करता येत नाही!’’

‘‘हट्, मी म्हातारा झालो तरी असाच चटपटीत असेन बघ. असा एकेक पाऊल मोजत नाही चालणार. थांबत. लोकांचा रस्ता अडवीत. आपण हळू त्याचा इतरांना त्रास? बघशील तू,’’ हलकू दार आपटून घराबाहेर पडताना म्हणाला. ही आणखी एक बाब, जिचा आतेला संताप येई. दार आपटणं. पण हलकू एवढा वेगात रस्त्यात आला की बाबागाडीत बाळाला फिरवायला घेऊन जाणाऱ्या सौ. भिंगेबाईंच्यावर आदळलाच जवळजवळ. ‘‘कसल्या ह्या बाबागाड्या नि हे थंड हळुबाई लोक!! मला काही आवडत नाहीत. मला वाटतं ते मुद्दामच दुसऱ्याला त्रास द्यायलाच हळूहळू चालतात.’’

खरेदीला निघालेल्या, रस्त्यांत वस्तू विकत घेणाऱ्या लोकांची वाटेत गर्दीच झाली होती. भाजीच्या, छोट्या छोट्या वस्तूंनी भरलेल्या हातगाड्या, रस्त्यातच होत्या. रस्त्याकडेला फेरीवाले वस्तू मांडून बसलेच होते. हलकूच्या पुढेच एक आजीबाई चालली होती. ती आपली हळूहळू काठी घेऊन जात होती. ती वयस्क होती. तशी जाडीही. हलकू तिला ढकलून पुढे जायला बघत होता. पण तिनं चिडून रागानं त्याच्याकडे पाहिलं. ‘‘अरे ए, कोण तो? इतकी कसली घाई झालीय तुला? मला ढकलतोस? हिंमत तरी कशी झाली तुझी? नखाएवढा पोर तू!’’

‘‘पण तुम्ही किती हळू चालताय?’’ हलकू उद्धटपणे म्हणाला. ‘‘मला आहेच घाई. तुम्ही म्हातारी माणसं माझ्यासारख्यांना उशीर व्हावा म्हणून मुद्दाम हळू चालता.’’

‘‘थांब, तुला चांगला धडा शिकवायला हवा,’’ आजीबाईंनी काठी जमिनीवर आपटली. पण हलकू तिचं व्याख्यान ऐकायला थांबलाच नाही. तिच्या शेजारून वाट काढून तो रस्त्यांतून धावत गेला.

मग, काय विकत घ्यायचं होतं ते घेऊन झाल्यावर त्यानं फिरायला जायचं ठरवलं.

रस्त्यानं बकुळीची आणि चाफ्याची झाडं होती. त्यांच्या फुलांचा छान वास सुटला होता. तो छातीत भरून घेत, झाडांवरच्या खारींना, पक्ष्यांना आपलं गाणं ऐकवीत तो धावला. मग दमला म्हणून एका बकुळीखालच्या हिरवळीवर बसला झाडाला टेकून आणि बघता बघता गाढ झोपला. तोवर तीच ती आजीबाई त्या रस्त्यानं परत आली. हलकू झोपल्यानं त्याला ती दिसली नाही. ती म्हणाली, "अगबाई, हे सोंग इथंच आहे वाटतं?" पण हलकूनं अर्थात ऐकलं नाही.

आजीबाईंनी हलकूचे बूट त्याच्या पायातून अलगद काढून आपल्या पिशवीत

टाकले आणि तिथे छान लालभडक चकचकीत बूट ठेवले. पण हलकूला पत्ताच नव्हता त्याचा.

पण तो जागा झाला तेव्हा आपले बूट जाऊन त्या जागी नवे लाल चकचकीत बूट पाहून थक्कच झाला आणि खुश पण.

"अरे वा, कुणाकडून हे बक्षीस?" हलकू लोळत होता तो उठून म्हणाला, "मात्र छानच आहेत हं." आणि त्यानं ते घातले. त्याच्यासाठीच बनवल्यासारखे बरोबर

झाले ते. त्याला त्याचंही नवल वाटलं. त्यानं थोडं चालून पाहिलं. कुठेही लागत-बिगत नव्हते. मस्तच होतं बक्षीस! हलकू घरी निघाला. घरी सगळे गार होतील बूट बघून असं मनांत घोकत चालला होता. पण अचानक काहीतरी झालं. बूट एकदम इतके जड झाले की हलकूला पाऊल उचलणंही कठीण झालं.

"अरेच्च्या! हे काय मध्येच? बूट जसे काय लोखंडाचे झालेत," हलकू आश्चर्यानं म्हणाला. "मला पायही उचलवत नाहीत. मी काढून टाकतो ते."

पण त्याला ते काढताच येईनात. ते इतके घट्ट बसले होते की खेचून काढताच येईनात. काही केल्या निघेनात. त्यानं कितीतरी वेळ खूप प्रयत्न केला. अखेर ते घालूनच चालावं लागलं त्याला. फार घट्ट झाल्यानं त्याच्या पायांना ते टोचू लागले. प्रत्येक पावलाला अधिकाधिक जड झाले. निदान त्याला तसं वाटलं खरं. कसाबसा हलकू एकेक पाऊल उचलत होता. पण किती सावकाश!

"एखादी काठी तरी हवी होती हातात," हलकू म्हणाला. "निदान धड पावलं तरी टाकता आली असती." आणि खरंच त्यानं झुडपांतून एक फांदी तोडून तिची पानं, काटक्या तोडून काठी बनवली तात्पुरती आणि मग ती टेकत तो चालायला लागला. थेट त्या म्हातारीसारखा!

रस्त्यातला प्रत्येकजण त्याच्याकडे अचंब्यानं पाहत होता. हा हलकू? सतत धावणारा, कधी चालतानाही पाहिला नव्हता तो आज काठी टेकत चाललाय? काय झालं याला?

प्रत्येकजण त्याच्याशी प्रेमानं वागे. लोक येऊन त्याची चौकशी करीत. काय झालं ते विचारीत. रस्ता ओलांडायला कितीजणांनी त्याचा हात धरून मदत केली. चढण आल्या-वर हात दिला. किती किती प्रेमळ होती माणसं. कोणी त्याला ढकलून पुढे गेलं नाही.

नाही कसं? एकजण इतकं प्रेमळ नव्हतं. तीच आजीबाई! जिनं त्याचे बूट बदलले होते तीच. ती मुद्दाम वाटेत थांबली होती. हलकू तिच्या शेजारून काठी टेकत पुढे जाऊ लागला, तेव्हा ती खडूसपणानं हसली मात्र.

"अरे! एकदम म्हातारा झालास वाटतं तू? असं हळूहळू जड पावलांनी चालायला तुला आवडतं हे नव्हतं माहीत. घाईच्या वेळी हळूहळू चालताना कसं वाटतं रे?"

हलकूचा चेहरा लाल झाला. आपण आजीबाईशी उद्धटपणानं वागलो ते त्याला आठवलं. त्यानं तिला ढकललंही होतं. आत्ता तो तिच्यापेक्षाही हळू चालत होता. तो न बोलता काठी टेकत पुढे गेला. आतेकडे. त्यानं तिला सगळं सांगितलं आणि तिनंही ते गंभीर चेहऱ्यानं ऐकून घेतलं. मग त्याच्या बुटांकडे पहात म्हणाली, "मला

वाटतं ते जादूचे बूट असावेत. तुला धडा शिकवायलाच आलेत ते. कसं वागायचं ते तुला कळलं की ते आपोआप निघतील."

पण चांगला आठवडाभर हलकूला सतत पाय दुखत असतांना ते जड, घट्ट बूट पायांत वागवावे लागले. त्याच्या पायांना बुटांनी जखमा झाल्या. पण त्याचे मित्र मात्र त्याच्याशी चांगलं वागत होते. त्याला शक्य ती मदत करीत होते.

शेवटी आठवडा उलटल्यावर जेव्हा हलकूला त्या वेदना असह्य झाल्या तेव्हा त्याला त्याची चूक कळून आली. "माझं चुकलंच होतं. मी उद्धट आणि स्वतःला शहाणा समजणाराच होतो. म्हाताऱ्या, आजारी माणसांना, मुलांना, सामान घेऊन जाणाऱ्या बायकांना मी कधी मदत केली नाही, की त्यांच्याकडे लक्ष दिलं नाही. पाय

दुखत असले की भरभर चालता येत नाही एवढंही मला कळलं नाही. त्यांना मदत करणं राहो, पण त्यांच्यासाठी दोन मिनिटं थांबणही मला जमलं नाही. माझे मित्र कसे माझ्या अडचणीत मला मदत करतात. माझ्यासाठी थांबतात, हात धरतात, मलाही हे करता आलं असतं. पण मी कधी केलं नाही. मला खरोखरच माझीच लाज वाटतेय,'' हलकू स्वत:शीच रडत रडत बोलत होता.

आणि काय आश्चर्य? हे बोलताच त्याच्या पायातले बूट गळून पडले. त्यांचे तुकडे तुकडे झाले आणि ते तुकडेही लगेच अदृश्य झाले. अहा! हलकूला काय बरं वाटलंय म्हणता? आणि ते अदृश्य झाले हेही छानच झालं. चकचकीत, लालभडक असले तरी नाहीतरी हलकूला ते दृष्टिसमोर नकोसे झाले होते. आता त्याला धावता येईल, उड्या मारता येतील. घाईघाईनं जाताही येईल!

पुन्हा तो घाई करू लागलाच. पण आता म्हाताऱ्या माणसांशी गोड वागू लागला. मुलं, आजारी, अपंग, सामान घेऊन येणाऱ्या, बाबागाड्या चालवीत येणाऱ्या बायका सगळ्यांना मदत करू लागला. शक्य तेवढी मदत तो करतोच हल्ली. जातो घाईघाईनं आत्तासुद्धा, पण म्हणूनच जास्त लोकांना उपयोगी पडू शकतो तो. आणि म्हणून भेटणाऱ्या प्रत्येकाला हलकू आवडतोच. हलकूचे सारे मित्रच आहेत.

शिळू आणि दादू

एक होता उंदीर. त्याचं नाव शिळू कारण तो सतत शीळ वाजवायचा. उंच कर्कश्श आवाजांत शीळ वाजवत तो खुशीत हिंडायचा. एका तळ्याकाठी पण टेकडीवर एका बिळांत तो आणि त्याचे आईबाबा राहायचे. पण तिथं उंदरांचं असं त्यांचं ते एकच घर होतं. म्हणजे आणखी उंदीर होते. पण ते टेकडीखालच्या भातशेतीत. डोंगरात दुसरं कुणी नव्हतं. त्यामुळे शिळूला खेळायला कोणी सोबती नव्हते. तो आईला म्हणेही दिवसातून दहादा, ''आई, मी खालच्या शेतांतल्या उंदरांत खेळायला जाऊ? त्यांची बोगद्यांची घरं पाहायचीत मला. मोठाल्या वृक्षांच्या मुळ्यांखालून किती छान बांधली आहेत ती.''

पण आई दटावून म्हणे, ''नाही हं. मुळीच नाही जायचं. मागच्या वेळी असाच जाऊन हरवला होतास तू. आठवतंय ना? तुला शोधून काढतांना ब्रह्मांड आठवलं मला. शेतात जायचं नाही म्हणजे नाही.''

''मग सरड्याबरोबर खेळू? त्याच्याशी शर्यत लावू?''

''तेही नाहीच. त्याचं अंग काटेरी. फाटतील तुझे कपडे. तू एकटाच खेळ पाहू.'' आईनं प्रश्नच संपवला.

शिळू गेला खरा एकटाच. पण रडक्या तोंडानंच. वाटेत त्याला शेतातला उंदीर आणि ससा दिसलाच. पण त्यांना नुसता हात करून तो पुढे गेला. आईचं तो नेहमीच ऐकायचा.

तळ्याच्या काठाकाठानं तो धावला. तळ्यातली कमळं, मासे पाहिले. ते बघताना त्याला दिसलं की एक हिरवं पिवळं डोकं पाण्यातून वर डोकावतंय. हळूच तिथं येणाऱ्या माशा मटकावतंय. कोण बरं ते! शिळू नवलानं पहात राहिला. पुन्हा डोकं वर आल्यावर त्यानं हाक मारली, ''अरे, अहो...कोण आहात तुम्ही?''

''मी दादुर. मला सगळे दादू म्हणतात''. आणि पटकन उडी मारून एक देखणा छोटा बेडूक कमळाच्या पानावर येऊन बसला. ''मी या तळ्यातच राहतो. मी आणि माझे आईबाबा. आम्ही गेल्या आठवड्यांतच इथं आलोय. कोणी खेळायला मिळतं का ते पाहत होतो. नशीब. तू भेटलास.''

''वा. वा. किती छान. मी शिळू. आपण रोज खेळू. काय बरं खेळूया? आणि कुठे खेळायचं?''

"तू ये ना पाण्यात. मी पोहायला शिकवीन तुला."

"पण माझे कपडे भिजतील ते?"

"ते काय बाहेर आल्यावर वाळतील. ये ये. तो चिखल सांभाळ हं."

पण शिळूला पाण्यात जायची एवढी घाई झाली होती की धावताना तो नेमका चिखलात पाय घसरून पडला. काय अवतार झाला त्याचा! डोक्यापासून पायांपर्यंत तपकिरी-मातकट घाणेरडा!

मग ते दोघे दगडावर अंग वाळवीत बसले. शिळूनं दादूला तेवढ्यात शिट्टी वाजवायला शिकवली. जेवायची वेळ होईपर्यंत दादू सुरेखच शिट्टी वाजवू लागला. शिळूचे कपडे तोवर वाळले; पण सगळा चिखल काही गेला नाही. खपल्या पडून पुष्कळसा कपड्यांना चिकटलाच होता. शिळूच्या हातातोंडालादेखील. दोघा मित्रांनी मग एकमेकांचा निरोप घेतला आणि ते आपापल्या घरी गेले.

त्या दिवशी त्या कपड्यांची अवस्था पाहिल्यावर आई काय रागावलीय शिळूला! "मूर्खा, पाण्याशी जाऊ नको म्हटलं होतं ना मी? तरी गेलासच. आधी ते कपडे काढ

नि आंघोळ कर गरम पाण्यानं.''

''अगं आई, पण तिथं मला मित्र भेटला एक. दादू नावाचा.''

''भेटेल तर. हे बघ शिळू. लक्षात ठेव. पाण्यांतल्या प्राण्यांशी कधी खेळू नकोस. तू भिजणार, चिखलात लडबडणार. मला नाही चालायचं.''

''पण आई, दादू किती चांगला आहे. मला आवडला. तो मला पोहायलादेखील शिकवणार आहे.''

''शिकायच्या आधी बुडशील तू पाण्यात. तळ्यात वेलींचा गुंता किती आहे! पुन्हा गेलास तर बघ तिकडे.''

शिळू काही बोलला नाही. बोलून उपयोग नव्हता. पण तो फार दु:खी झाला. आधी मित्र मिळणं कठीण. मिळालाच तर त्याची मैत्री टिकणं कठीण. मग कुठलं का कारण असेना!

दुपारी शिळू तळ्याशेजारून फेरफटका मारायला गेला. दादू तिथं होताच. एका वेलीचा झोपाळा करून झोके घेत होता. शिळूची वाट पहात तो शीळ घालीत होता. शिळूचा रडका चेहरा पाहून तो ओरडला, ''ए शिळू, काय झालं रे?''

''आई खूप रागावली कपडे खराब झाले म्हणून,'' शिळू म्हणाला. ''आई मला पाण्यांत खेळू देत नाही. म्हणून मी सांगायला आलोय तुला. उद्यापासून मी काही तळ्यावर येणार नाही. कारण आलो आणि तू भेटलास तर आपण खेळत राहू आणि ते माझ्या आईला आवडणार नाही.''

''काय म्हणतोस? आत्तांच तर कुठे आपली मैत्री झाली होती. छे, छे, हे वाईट झालं फारच!'' दादू निराशेनं म्हणाला.

''गुडबाय, अच्छा दोस्त. मला फार वाईट वाटतंय पण मला जायला हवं.''

शिळू धावत घरी गेला. तिथं त्याचे बाबा होते. त्यांनी त्याला जवळ बोलावलं.

''शिळू, दुपारी होडींत बसून तळ्यातून फेरी मारायला आवडेल तुला? अशी एक बोट माझ्या मित्रानं दिलीय थोडे दिवस आपल्याला.''

''हो? किती छान!'' शिळूनं होडी पाहिली. त्याच्या घराजवळच होती ती!

''आई गं, तू पण येतेस फिरायला होडीतून?''

''हो. येते ना,'' आई म्हणाली आणि थोड्याच वेळानं ते कुटुंब होडीतून फिरायला

निघालं. त्यांनी होडी पाण्यात लोटली.

वारा चांगलाच सुटला होता. शिडांत वारा भरल्यावर होडी वेगानं तळ्याच्या मध्यभागी आली. काय मजा आली तेव्हा. बाबा होडी वल्हवत होते आणि सगळी गंमत नीट दिसावी म्हणून शिळू होडीच्या काठावर बसला होता. अचानक त्याचा तोल गेला आणि धुडुमकन् तो पाण्यात पडला. डोकं खाली आणि पाय वर. असा!

"अरे, अरे, त्याला वाचवा, त्याला पोहता येत नाहीये," आई घाबरून ओरडू लागली. "शिळू, शिळू! अरे कुणीतरी होडी फिरवा, शिळूला वाचवा."

पण नेमकं तेव्हाच इतक्या जोराचा वारा आला की होडी वेगांत जाऊ लागली. शिळू पाण्यांत धडपडत मागे राहिला. पोहता येत नसल्यानं गटांगळ्या खात!

पण तेवढ्यात अचानक दादू तिथं उगवला. त्यानं होडी जातांना पाहिली होती आणि तो पाण्याखालून होडीशेजारूनच पोहत होता. त्यानं शिळूला पाण्यात गटांगळ्या खाताना पाहिलं आणि पोहत जाऊन त्याला धरलं. त्याला घेऊन तो होडीकडे आला. मग आईबाबांनी शिळूला धरून होडीत घेतलं. दादू पण स्वतःच

उडी मारून होडीत आला.

"काय शूर आहेस रे तू. शिळूला वाचवलंस, नाहीतर बुडला असता तो. कोण आहेस तू?"

"मी दादू. या तळ्यातच राहतो मी. मला शिळूशी मैत्री करायला, त्याला पोहायला शिकवायला खूप आवडेल. त्यानं मला छान शीळ वाजवायला शिकवलंय. आईला पण आवडलं ते. मग मलाही त्याला शिकवायला हवं ना काहीतरी?"

"किती चांगला आहेस तू." शिळूची आई म्हणाली. आणि तिनं शिळूला जवळ घेतलं. मग दादूला म्हणाली, "शिळूचा मित्र होशील ना? त्याला पोहायला शिकव. इथं रहायचं तर यायलाच हवं पोहायला. मी त्याच्यासाठी पोहायचा पोशाख देईन शिवून. तो भिजला, चिखलांत लडबडला तरी चालेल."

"वा, किती छान आहेस तू आई!" शिळू आनंदानं ओरडला. "मी आजच दादूला म्हणालो होतो की मी पुन्हा येणार नाही म्हणून. त्याचा निरोपच घेतला होता मी. आणि तोच आता पुन्हा माझा मित्र झालाय."

"तू शहाणा मुलगा आहेस ना, आज्ञाधारक. म्हणून," बाबा म्हणाले. "आता तुझ्या मित्राला घरी बोलाव चहाला. आईनं केकही केलेत गोड गोड."

"हो आणि बिस्किटंही," शिळूची आई म्हणाली. "शिवाय खोबऱ्याच्या वड्या-देखील आहेत. आईला विचारून आताच चल बघू."

दादू उडी मारून पाण्यातल्या आपल्या घरी गेला. दोनच मिनिटांत तिथं तीन हिरवीपिवळी डोकी पाण्यावर दिसू लागली. दादूचे आईवडीलही आले होते.

"आभारी आहे हं, दादूला बोलावल्याबद्दल. त्याला आवडेल यायला. आणि उद्या तुम्ही सगळे या आमच्याकडे चहाला. तेवढीच ओळख होईल," दादूची आई म्हणाली.

मग या दोन कुटुंबांची छान मैत्री झाली. आता रोज दिवसभर दादू आणि शिळू एकत्र असतात, खेळतात, गप्पा मारतात. आता शिळूला पोहता येतंय दादूसारखं आणि दादूला शिळेवर गाणं म्हणता येतं शिळूसारखं! दोघंही शीळ वाजवतात तेव्हा मैनांचा ताफाच गात असल्याचा भास होतो.

जादूचं रबर

राजू शाळेतून घरी येत होता. पाठीवर गच्च भरलेलं जड दप्तर. राजू तसा वर्गातला एक हुशार मुलगा. गणितात तर नेहमी पहिला; पण आज एका गणितानं मात्र त्याचं डोकं खाल्लं होतं. पुन्हा सुटलं नव्हतं ते नव्हतंच. पण राजूच्या डोक्यांत ते भरून बसलं होतं. अचानक त्याला दुसरी एक गणिताची कृती आठवली. असं करून पाहिलं तर...? कृती डोक्यात येण्याचा अवकाश, राजूला काही सुचेनाच दुसरं. त्यानं इथं तिथं पाहिलं नि तो चक्क पिंपळाच्या पारावर चढून बसला आणि त्यानं दप्तरातून गणिताची वही काढली.

त्यानं मग गणित नीट पाहिलं. सोडवलं आणि बेटं इथं पटापट सुटत गेलं. मग केलेली चूक खोडून काढायला त्यानं रबर घेण्यासाठी कंपासपेटी उघडली.

"अरे देवा!" त्याला आठवलं. 'रबर वर्गात राहुलला दिलेलं परत घ्यायलाच तो विसरला होता. आत्ताच छान करून टाकलं असतं. पण रबर नाही. कसं खोडणार आधीचं? नुसती कटकट झालीय.'

पिंपळाच्या झाडामागून विदूषकासारखा दिसणारा एक गमतीदार माणूस पुढे आला. त्याचा वर्ण तपकिरी. लांब पांढरी दाढी आणि विशेष म्हणजे चमकदार हिरवे डोळे. पाचूसारखे.

"काही हरवलंय का तुझं बाळा?" त्यानं नम्रपणे विचारलं.

"अं? फारसं काही नाही. मला आता फक्त माझं रबर हवं होतं हे गणित खोडायला. पण मी ते मित्राला दिलंय हे विसरलोच होतो."

"मी माझं देतो ना?" आणि त्यानं खिशांतून एक छानसं रबर काढलं. लांबट, एका टोकाला रूपेरी तर दुसऱ्या टोकाला सोनेरी आणि मध्ये निळं निळं भोर. त्याच्यावर लिहिलं होतं 'चमचम'.

"हे काय लिहिलंय?" राजूनं नवलानं विचारलं.

"म्हणजे काय? नाव आहे ते माझं."

राजू काही बोलला नाही. "नुसतं म्हण रबरा, हे खोड बघू की तिथलं लिहिलेलं खोडलं जाईल. कागद पुन्हा नव्यासारखा.आधी लिहिल्याची खूणही नाही," विदूषक म्हणाला. राजूनं लगेच म्हटलं, "रबरा, खोड पाहू." रबर लगेच घरंगळत त्याच्या हातातून वहीवर गेलं आणि चुकलेलं गणित खोडून वहीचं पान इतकं स्वच्छ केलं की

तिथं काही लिहिलं नव्हतंच असं वाटावं.

"आलो हं. माझा टेलिफोन वाजतोय," विदूषक म्हणाला. राजू चाटच पडला. इथं आणि टेलिफोन? पण टेलिफोनची घंटी तर त्यानंही स्पष्ट ऐकली होती. मग विदूषक परत येण्याची वाट पहात असताना त्याच्या डोक्यात ती कल्पना आली. 'आता हे रबर घेऊन मी धावत घरी गेलो तर? उद्या शाळेत दाखवीन मी सगळ्यांना. काय धमाल येईल मग?'

राजू मग विचार करायला थांबलाच नाही. तो उठला. दप्तर खांद्याला अडकवलं

आणि रबर खिशात टाकून त्यानं धावत घर गाठलं. धापा टाकीत तो घरी पोहोचला. मध्ये मध्ये त्यानं मागे पाहिलं. पण कोणी त्याचा पाठलाग करीत नव्हतं. रबरही त्याच्या खिशातच होतं.

'उद्या मी सगळ्या मुलांना रबर दाखवीन. पण आईला दाखवून उपयोग नाही. ती आधी तो परत करायला लावील'.

त्या संध्याकाळी गृहपाठ करताना राजूला खूप मजा आली. जरा चुकलं की तो म्हणे, ''रबरा, खोड पाहू.'' आणि रबर लगेच ऐकायचं. चुकलेलं नीट खोडायचं खूणही मागे न ठेवता. या रबरानं पेन्सिलचं लिहिलेलं खोडलं जायचं तसं शाईचंही. त्या दिवशी भूगोलाचा गृहपाठ इतका सुंदर झाला. नकाशा, प्रश्नोत्तरं, कोष्टकं, आलेख. सगळंच. लख्ख छापल्यासारखा. काही वेळा तर राजूनं मुद्दाम चुका केल्या रबरानं खोडाव्यात म्हणून. आईसुद्धा म्हणाली, ''बराच वेळ चाललाय रे तुझा गृहपाठ, राजू! आटप की आता.''

''अग आई, मी आता भूगोलाचा नकाशा, आलेख, प्रश्नोत्तरं, गणितं, स्पेलिंग एवढं सगळं केलंय.''

''अगबाई, खूपच अभ्यास केलास की. आता जेवायला चल बरं.''

राजू रबर खिशांत टाकून जेवायला गेला. खुशीत. आईला त्यानं काही सांगितलं नाही. पण हातानं रबर चाचपीत होता सारखा. मस्तच होतं ते. सोनेरी, रुपेरी नि निळं.

दुसऱ्या दिवशी राजू शाळेत खूप लवकर गेला; पण नेहमीच्या रस्त्यानं नाही.

पारावर विदूषक भेटेल या भीतीनं त्यानं दूरचा रस्ता पकडला. शाळेत मित्र आले तेव्हा त्यांना गोळा करून म्हणाला, ''तुम्हाला एक सुंदर, मस्त गंमत बघायचीय? बघा बघा.''

राजूनं गृहपाठाच्या वह्या काढल्या. गणितं इतकी नीट सोडवलेली. भूगोलाचा नकाशा, आलेख इतका सुरेख काढलेला. कुठं एकही चूक नाही आणि स्पेलिंग्जही बरोबर.

''कसा वाटला माझा गृहपाठ? मस्तच ना. एकही चूक नाही. मला आज सगळ्यात जास्त मार्क मिळतीलच.''

''इतकं कसं छान केलंस रे?'' संजूनं विचारलं. ''नेहमी तर हजारदां खोडून वही काळी होते तुझी. सगळीकडे खाडाखोड. खोडलं तरी कळतंच.''

''सांगू कसं ते? हे बघ. मला जादूचं रबर मिळालंय. बघितलंस?''

''जादूचं रबर?'' पोरं एकदम किंचाळली. ''काय करतं ते? तुला कुठे मिळालं?''

''बघ. मी म्हटलं, 'रबरा, खोड बघू.' की ते चुकलेलं खोडतं. जराही खूण न ठेवता. त्यानं रबर मित्रांना दाखवून म्हटलं, ''रबरा खोड बघू.'' रबरानं राजूच्या हातातून त्याच्या पसरलेल्या वह्यांवर उडी मारली.

आणि आई गं; रबरानं धडाधड एका सेकंदात राजूनं केलेला सारासारा गृहपाठ खोडून टाकला. सगळा! त्याची गणितं, भूगोलाचा आलेख, नकाशा प्रश्नोत्तरं, स्पेलिंग सगळं सगळं. वह्या अगदी कोऱ्या, नव्यासारख्या केल्या. लिहिल्याची खूणदेखील नाही.

राजू भीतीनं बघतच राहिला. ''ए मूर्खा, बिनडोक रबरा,'' तो किंचाळला. ''काय केलंस हे? आता बाईंना कुठला गृहपाठ दाखवू? उलट अभ्यास न केल्याबद्दल शिक्षा करतील त्या!'' त्याला रडूच आलं एकदम.

बाईंना अर्थात राजूची जादूच्या रबराची कहाणी मुळीच पटली नाही. मुलांपैकी राजूचे काही मित्र बाईंना सांगायचा प्रयत्न करीत होते, पण ते राजूचे दोस्त असल्याचं बाईंनाही माहीत होतं. काही मुलं गप्पच बसली आणि राजूच्या शत्रूंना तर राजूला शिक्षा झालेली बघून बरंच वाटलं. फार मिजास आहे नाही का त्याला आपल्या हुशारीची! राजूनं बाईंना रबर दाखवायला खिशात हात घातला. पण रबर तिथं होतंच

कुठे? ते केव्हाच तिथून निघून विदूषकाकडे परत गेलं होतं. पण रबर उड्या मारीत जाताना कुणीच पाहिलं मात्र नव्हतं.

राजूला त्यादिवशी शाळा सुटल्यावर एकट्याला थांबून गृहपाठ सगळा पुन्हा करावा लागला. तेव्हा कितीतरी चुका झाल्या. त्या खोडताना वही काळी झाली. मार्क मिळाले नाहीतच. उलट स्पेलिंग्ज तीनतीनदा लिहावी लागली.

राजूला आता पुन्हा जाऊन त्या विदूषकाला शोधायचंय. त्याची क्षमा मागायचीय. रबर घेऊन पळून गेल्याबद्दल. तेवढी त्याला हिंमत मात्र झाली पाहिजे! तुम्हाला काय वाटतं, जमेल त्याला ते?

चंदू-बंडूची गोष्ट

चंदू आणि बंडू प्रथम जेव्हा गावात रहायला आले तेव्हापासूनच ते गावात कुणाला आवडले नव्हते. दिसायलाच लबाड आणि दिवसभर कुणाला फसवून आपण खी: खी: करत बसायचं हा त्यांचा उद्योग. गावातले लोक लगेच त्यांना कंटाळले. गावाचा पाटील म्हणाला, "त्यांना इकडे बोलवा बघू. चांगला सज्जड दम भरला पाहिजे त्यांना एकदा!"

मग त्यांना चावडीवर बोलावून आणलं. पाटलांनी चांगलं सुनावलं तेव्हा ते थोडे घाबरले आणि चकित झाले.

"का? आश्चर्य कसलं वाटलं तुम्हाला?" पाटील म्हणाले, "इथं जी माणसं येऊन राहतात आणि कामधंदा न करता उगीचच उनाडक्या करतात त्यांना शिक्षा होतेच. तुम्हीही काम करणार नसाल तर उद्याच चालते व्हा गावातून!"

चंदू-बंडू रडकुंडीला आले. चिडले आणि अस्वस्थ झाले.

“असं वागवावं लोकांनी आपल्याला? का पण? काय केलंय आपण?” चंदू म्हणाला.

“काही नाही. आपण लपून राहून अचानक आलेल्या माणसाला घाबरवतो हे खरं, पण म्हणून काय झालं? तसं भिवाच्या कोंबड्यांच्या मागे लागून दोनतीन कोंबड्या संधी साधून पळवल्या आपण, पण लक्ष नसल्यावर कोणीही त्या पळवल्याच असत्या. म्हणजे फार काही नाही केलं आपण.”

“तसं उगीचच दारं वाजवून पळून जायचा आपला खेळही त्यांना आवडलेला दिसत नाही. पण ती नुसती गंमत होती. पाटलांनी एवढं चिडायचं काय त्यात?” बंडू.

रस्त्यानं ते जाऊ लागले की आता लोक हसत. पाटलांनी त्यांना दम भरल्याचं सगळ्यांना कळलंच होतं.

“बघ बघ कसे हसताहेत आपल्याला! आपणही त्यांना चांगला धडा शिकवू.”

“हो. हो.” चंदू थोड्या खुशीतच म्हणाला, “आपल्याला डोकं दिलंय ना देवानं ते वापरू या. काय बरं करू या?”

तेवढ्यात सदू वाकडे तिथून जाताना दिसला. तो खोकत होता आणि त्याच्या हातात एक बाटली होती. रिकामीच. तो औषधांच्या दुकानांत चालला होता.

“दुकानवाल्या गोडबोल्यांना औषधं विकून खूप पैसे मिळत असतील नाही?” चंदू म्हणाला. त्याला एक गंमत सुचली. त्यानं चटकन बंडूचा हात धरला. “बंडू, इकडे ये. मी गंमत सांगतो तुला!” आणि त्याला खेचत झाडाखाली आला. मग हळू आवाजात म्हणाला, “माझ्याकडे एक मंत्र आहे. तो म्हटला की समोरचा खोकायला लागतो. मग त्याला खोकला बरं करणारं जादूचं औषध द्यायचं. फायदाच फायदा. आपण काम केलं पाहिजे नाही का? आपण गावातल्या सगळ्यांना खोकला आणू. आम्हाला शिकवतात काय?”

“मग आपण काय करायचं नक्की?” बंडूनं विचारलं.

“आपण खोकल्याच्या औषधावर मंत्र घालू. आधी खोकल्याचा मंत्र म्हणू. ज्याला खोकला होईल त्याला ते औषध देऊ. त्यानं त्यांचं नाक चकचकीत निळं होईल. सगळे वैतागतील मग!”

बंडू हसला. ''छान आहे बेत. कसं करायचं?''

''माझ्या दारावरून कुणी जायला लागलं की मी अंगण जोराजोरांत झाडीन. चिक्कार धूळ उडेल. मी धुळीवरच मंत्र घालीन. म्हणजे तो जाणारा खोकू लागेल. तू तुझ्या दारात खोकल्याच्या औषधाच्या बाटल्या घेऊन बसायचं. ओरडून औषधाची जाहिरात करायची. तो बाटली घेईल. खूप पैसे मिळवू आपण. प्रत्येक बाटलीवर नाक निळं करायचा मंत्र घातलेला असेलच. दुसऱ्या दिवसाला त्याचं नाक चकचकीत निळं!'' चंदू खिदळत म्हणाला. इतक्या मोठ्यानं की शेजारची पाखरं घाबरून उडाली.

मग ते दोघे कामाला लागले. पलिकडच्या गावातल्या चेटकिणीकडून त्यांनी मंत्र आणले. ती मावशीच होती त्यांची. तरी तिनं विचारलंच कारण, पण चंदू म्हणाला, की डोंगरावरच्या म्हाताऱ्यानं मागितलेत म्हणून. अर्थात खोटंच. पण तो म्हातारा चेटकिणीच्या ओळखीचा होता. तेव्हा तिनं जास्त चौकशी न करता मंत्र दिले. शिवाय गोळ्या आणि पावडरी दिल्या.

''बघ चंदू, आता कामाला लागू आपण,'' बंडू म्हणाला. ''या रस्त्यानं किती तरी माणसं जातात-येतात.'' आणि त्यानं थोडी रस्त्यावरची धूळ घेऊन तीत ती पावडर मिसळली आणि मंत्र म्हटला. मग ती धूळ अंगणात पसरली आणि केरसुणी घेऊन माणसांची वाट पहात उभा राहिला.

चंदूनं अंगणात टेबल ठेवून त्यावर बाटल्या मांडल्या आणि तिथे एक बोर्ड लिहून ठेवला. 'खोकल्यावर रामबाण औषध. एकदा घेऊन पहा. एका बाटलीला एक रुपया फक्त. एकदाच घ्या आणि बरे व्हा!'' आणि तोही शेजारी बसून गिऱ्हाईकांची वाट पाहू लागला. मध्येच त्यानं बंडूकडे पाहून डोळे मिचकावले.

काही वेळानं भिवा सुतार बाजाराच्या पिशव्या घेऊन बाजारहाट करून निघालेला दिसताच बंडूनं अंगण जोरात झाडायला सुरुवात केली. ती उधळून भिवाच्या नाकातोंडात गेली. भिवा चिडून म्हणाला, ''काय रे, दिसत नाही माणसं जातात ते? किती धूळ उडवलीस अंगावर?'' पण त्याला आणखी बोलताच आलं नाही. तो खोकायला लागला. जोरांत. नाक लालबुंद, डोळ्यांतून पाणी, खोकण्यातून फुरसदच मिळेना त्याला. त्याच्या हातातली पिशवी खाली पडली. त्यातले पिकलेले टोमॅटो,

अंडी फुटली. तेल सांडलं. पण भिवा छाती दाबून खोकतच होता.

"अहो भिवादादा, इतका कसा खोकला झाला तुम्हाला? मला तरी सांगायचं. माझ्याकडे चांगलं गुणकारी औषध आहे. घेऊन तर बघा," चंदू त्याच्या अंगणातून ओरडला. भिवा कसाबसा चंदूपर्यंत पोहोचला. चंदूनं त्याला तिथेच औषध प्यायला दिलं. शिवाय एक बाटलीही दिली. औषध पिऊन भिवाचं तोंड कसंतरी झालं. "शी: शी: ! काय घाण चव आहे याची," तो वैतागून म्हणाला.

"पण गुण बघा," चंदू म्हणाला. दोन मिनिटांनी त्याचा खोकला थांबेल हे त्याला माहीतच होतं आणि भिवाचा खोकला थांबला. तो नीट घरी गेला. "दर तीन तासांनी घ्या. पुन्हा आलाच खोकला तर. पण नाहीच यायचा." चंदू त्याला जाताना सांगायला

विसरला नाही. मनात म्हणाला, "खोकला गेला तरी निळं नाक राहीलच बरं का!" चंदू-बंडू दोघे खिदळले. पण आणखी एक माणूस येताना दिसल्यावर थांबले. ते तर स्वत: पाटीलच होते. वा. वा. शत्रू स्वत:हून आपल्याकडे चालत येताना पाहून दोघे आनंदले. आता पाटीलबुवांचा चांगला बदला घेता येईल.

मग बंडूनं पुन्हा केरसुणीनं सारी धूळ उधळली. पाटील ओरडायच्या बेतात होते, तेवढ्यात त्यांना खोकल्याची प्रचंड उबळ आली. त्यात त्यांचा फेटाही सुटून गेला.

"अरेच्या, पाटीलसाहेब, तुम्हाला केवढा खोकला झालाय! चांगलं भक्कम औषध हवंय घ्यायला. हे घ्या," चंदू म्हणाला आणि एक डोस पेल्यात ओतून दिला. आणि मग पाटलांनी चंदूकडून एक बाटली घेतली.

पाटलांचा खोकला गेला तो त्याच औषधानं अशी त्यांची खात्री झाली. "शाबास पोरा, चांगलं काम करतोयस. आता तुला गावातून जायला सांगावं लागणार नाही."

त्या दिवशी चंदूच्या वीसपंचवीस तरी बाटल्या विकल्या गेल्या. रात्री दोघांनी सारे पैसे मोजले आणि आता काय घ्यावं त्याचं हे ठरवू लागले.

"शिवाय गावातल्या लोकांना चांगला धडा शिकवलाय आपण. उद्या पुन्हा हेच चालू ठेवू," बंडूनं सांगितलं.

पण दुसऱ्या दिवशी पहाटेपासूनच मुसळधार पाऊस सुरू झाला. चंदूला अंगणात टेबलावर बाटल्या ठेवता आल्या नाहीत. की बंडूला धूळ झाडता आली नाही. सगळा चिखलच होता. मंत्रासकट धूळ वाहूनच गेली. "ठीक आहे. आजचा दिवस लोळून काढू घरात." असं म्हणून चंदू बंडूच्या घरात गेला.

त्या दिवशी सकाळी पाटीलबुवा, भिवा आणि गावातले आणखी वीसपंचवीसजण उठले ते चकचकीत निळ्या नाकांनी. त्यांनी आरशात पाहिलं तर त्यांना धक्काच बसला. हे काय झालं?

भिवा आधी पाटलांकडे धावला, पण त्यांचं नाकही निळं पाहून थक्कच झाला. कशानं झालं असावं हे? जादू असेल का? पण कोण करणार? आणि मग सगळ्यांच्या लक्षात आलं बंडूचं झाडणं आणि चंदूचं त्यावर औषध देणं. सगळ्यांनी ते घेतलं होतं.

"त्यांचंच काम हे," पाटील म्हणाले. "डँबीस लेकाचे! चला, सगळे मिळून त्यांना गावातून हाकलून देऊ." आणि त्यांनी एक मंत्र म्हणून सर्वांची नाकं पुन: पहिल्यासारखी केली. लोकांचा पाटलांविषयीचा आदर आणखी वाढला.

मग सगळे लोक चंदूबंडूकडे निघाले. कोणी काठ्या, लाठ्या, छड्या, वहाणा हातात घेतल्या. भर पावसात हा घोळका चंदूबंडूच्या दारांत आला.

चंदूनं त्यांना येताना खिडकीतून पाहिलं. ''बंड्या धाव. सगळे लोक काठ्या घेऊन आलेत बघ आपला समाचार घ्यायला. चल पळ मागच्या दारानं. लवकर.''

पाटलांनी पुढचा दरवाजा ठोठावला दोनतीनदा. मग बाकीच्यांनी तो मोडलाच. चंदू-बंडू मागच्या दारानं जीव घेऊन पळाले. चंदू-बंडू ओलेचिंब झाले; पण पळत राहिले. पार गावाबाहेर. थंडीनं त्यांना शिंका आल्या आणि खोकलाही झाला चांगलाच. अगदी त्यांच्या मंत्रानं इतरांना आला होता तस्साच. त्यापायी ते रस्ता चुकले.

चालता चालता रात्र झाली. ते एका झोपडीपाशी आले. तिथं एक म्हातारी होती. तिनं चूल पेटवली होती. त्यांना चुलीशी बसवून तिनं त्यांना बदलायला कपडे दिले, घोंगड्या दिल्या. आलं घालून चहा प्यायला दिला गरम गरम आणि अंथरुणही घालून दिलं. ''झोपा आता इथंच. सकाळी जा कुठे ते. पण मी तुम्हाला खोकल्यावरचं रामबाण औषध देते. माझ्या भाच्यानं कालच दिलंय मला आणून.'' आणि तिनं दोघांना औषधाचा एकेक डोस दिला.

चंदू-बंडू इतके थकले होते. झोपेला आले होते की त्या औषधाचा रंग चकचकीत

निळा असल्याचं त्यांना समजलंच नाही. ते औषध पिऊन झोपले. मात्र औषधानं त्यांच्या तोंडाची चव गेली. पण म्हातारीनं एवढी मदत केली होती म्हणून तिला त्यांनी ते सांगितलं नाही मात्र.

हे औषध भिवानं तिला दिलं होतं. चंदूकडचंच. अर्थात चंदूची लबाडी कळण्यापूर्वी. रात्री त्यांना उठवून म्हातारीनं आणखी एकेक डोस पाजलाच.

''काय भयंकर लागतंय हे. आणि माझा खोकला मात्र त्यानं जात नाहीय.'' सकाळी म्हातारीनं पाहिलं तर ती किंचाळलीच. दोघांची नाकं चकचकीत निळी झाली होती. ''हे काय झालं? थांबा, मी गावच्या पाटलांनाच कळवते,'' आणि तिला चंदू-बंडूनं थांबवण्यापूर्वी ती गेलीदेखील.

पाटील सायकलवरून ताबडतोब आले. चंदू-बंडूला बघून आधी पोट दुखेस्तो हसले. ''अरे वा! तुम्ही पण घेता तर तुमचंच औषध? छान. पण नाकं बाकी छान दिसताहेत तुमची.''

''पण, पण तुमचं कसं पहिल्यासारखं झालं? आमचंही करा ना? प्लीज,'' दोघेही रडत म्हणाले. ''आम्ही पुन्हा नाही असं करणार. कधी कध्धी नाही.''

''आम्हाला आणखी शिक्षा नका करू,'' चंदू म्हणाला.

पाटील पुन्हा हसले. ''अरे मी कशाला शिक्षा करू? तुम्हाला शिक्षा झालीच आहे. तुमची निळी नाकं राहू देत अशीच. लोक तुम्हाला बघूनच ओळखतील तुम्ही कोण ते? त्यांचीही हसून पोटं दुखतील. फुकटची गंमत. नाही? तुम्ही बाकी मजाच केलीत हं. आणि स्वत:ही त्यात सामील झालात हे विशेष!'' पाटील पुन्हा हसले आणि सायकलवरून निघून गेले सर्वांना कळवायला. आणि चंदू-बंडू? ते दिवसभर खोकत राहिले आणि अखेर निळ्या नाकांनीच घरी गेले. त्यांना लोक हसले. अजून हसतात. इतरांनाही त्यांची फजिती सांगतात. पण चांगली खोड मोडली त्यांची.